சிக்குப்பிடித்த துயர்

சிக்குப்பிடித்த துயர்
நவீன் கிஷோர் (பி. 1953)

கவிதையை அன்றாட எழுத்துப் பயிற்சியின் விளைவு என்று கூறும் நவீன் கிஷோர் 1953ஆம் ஆண்டில் கொல்கத்தாவில் பிறந்தார். 1973ஆம் ஆண்டில் கொல்கத்தா புனித சேவியர் கல்லூரியில் ஆங்கில இலக்கியத்தில் இளங்கலைப் பட்டம் பெற்றார். 1982ஆம் ஆண்டில் 'ஸீகல் புக்ஸ்' பதிப்பகத்தை நிறுவினார்.

தொடக்கத்தில் நாடகம், திரைப்படம், கலை, பண்பாட்டு ஆய்வுகள் ஆகியவற்றின் மீது அக்கறை கொண்டிருந்த ஸீகல் புக்ஸ் பின்னர் கவிதை, தீவிரப் புனைவிலக்கியம் உள்ளிட்ட இலக்கியப் படைப்புகளின் மீதும் கவனம் கொண்டு இயங்கிவருகிறது. கவிதை போக, புகைப்படக் கலையிலும் நாட்டம் கொண்டுள்ள கிஷோரின் புகைப்படக் கண்காட்சிகள் நாடகக் கலையில் வெளிப்படும் உணர்வுபூர்வ முகபாவங்களையும் காட்சிகளையும் சித்தரித்திருப்பதற்காகப் பெரும் வரவேற்புப் பெற்றவை. குறிப்பாக மணிப்புரி, வங்காளம், பஞ்சாப் ஆகிய மொழிகளின் பெண் நாடகக் கலைஞர்களை இவருடைய புகைப்படக் கருவி படமாக்கியிருக்கும் விதம் அபாரமானது.

கதே பதக்கம், செவாலியே விருது, நியூயார்க் நகர அமைப்பான 'எல்லைகளில்லாச் சொற்கள்' (Words Without Borders) வழங்கும் ஓட்டோவே விருது ஆகியவற்றை இவர் பெற்றுள்ளார். சுமார் பன்னிரெண்டு ஆண்டுகளாக எழுத்தில் ஈடுபாடு காட்டிவரும் கிஷோர் தனது கன்னி முயற்சியான 'சிக்குப்பிடித்த துயர்' கவிதைத் தொகுப்பிற்குப் பிறகு, 'ஐந்தெழுத்துக் காவியத் தாய்' (Mother Muse Quintet) எனும் கவிதைத் தொகுப்பை வெளியிட்டுள்ளார்.

எத்திராஜ் அகிலன் (பி. 1954)

மொழிபெயர்ப்பாளர்

இந்த நூலை ஆங்கிலத்திலிருந்து மொழிபெயர்த்திருக்கும் எத்திராஜ் அகிலன், ஈரோடு ஸ்ரீ வாசவி கல்லூரியில், ஆங்கிலத் துறையில் விரிவுரையாளராகவும் இணைப் பேராசிரியராகவும் பணியாற்றி, கல்லூரியின் முதல்வராகப் பணி நிறைவுசெய்தவர். துருக்கி நாவலாசிரியர் அஹமத் ஹம்தி தன்பினாரின் 'நேர நெறிமுறை நிலையம்', ஐஸ்லாந்து நாட்டின் நொபேல் நாவலாசிரியர் ஹால்டார் லேக்ஸ்நஸின் 'மீனும் பண் பாடும்', துருக்கி நொபேல் எழுத்தாளர் ஓரான் பாமுக்கின் 'கருப்புப் புத்தகம்', செக் மொழி எழுத்தாளர் மைக்கேல் அய்வாஸின் 'மற்ற நகரம்', ஆந்த்ரே ப்லாட்னிக்கின் 'என்னை மாற்று' ஆகிய நாவல்களை இவருடைய மொழிபெயர்ப்பில் காலச்சுவடு வெளியிட்டிருக்கிறது. மா ஜியான் எனும் சீன எழுத்தாளரின் சிறுகதைத் தொகுப்பான 'நாக்கை நீட்டு' எனும் நூல் இவருடைய மொழிபெயர்ப்பில் வெளிவந்துள்ளது.

blog: http: ethirajakilan.blogspot.com

தொடர்புக்கு: 94437 93645

நவீன் கிஷோர்

சிக்குப்பிடித்த துயர்

தமிழில்
எத்திராஜ் அகிலன்

காலச்சுவடு பதிப்பகம்

அன்பார்ந்த வாசகருக்கு,

வணக்கம்.

காலச்சுவடு நூலை வாங்கியமைக்கு நன்றி.

நூலின் உள்ளடக்கம், உருவாக்கம், அட்டைப்படம் இன்ன பிற அம்சங்கள் பற்றிய உங்கள் கருத்துகளையும் ஆலோசனைகளையும் காலச்சுவடு வரவேற்கிறது. தகவல், எழுத்து, வாக்கியப் பிழைகள் தென்பட்டால் அவசியம் தெரிவித்து உதவுங்கள். நூல் தயாரிப்பில் கடும் குறைபாடு இருப்பின் மாற்றுப் பிரதி உங்களுக்குக் கிடைக்கக் காலச்சுவடு ஏற்பாடு செய்யும்.

மின்னஞ்சல்: **publisher@kalachuvadu.com**

காலச்சுவடு நாகர்கோவில் அலுவலகத்துக்குக் கடிதம் அனுப்பலாம்.

தங்கள்
எஸ்.ஆர். சுந்தரம் (கண்ணன்)
பதிப்பாளர் – நிர்வாக இயக்குநர்

Knotted Grief by Naveen Kishore

Copyright © Naveen Kishore, 2022. Translate from the Speaking Tiger edition 2022

சிக்குப்பிடித்த துயர் ❖ கவிதைகள் ❖ ஆசிரியர்: நவீன் கிஷோர் ❖ ஆங்கிலத்திலிருந்து தமிழில்: எத்திராஜ் அகிலன் ❖ முதல் பதிப்பு: டிசம்பர் 2024 ❖ வெளியீடு: காலச்சுவடு பப்ளிகேஷன்ஸ் (பி) லிட்., 669, கே.பி. சாலை, நாகர்கோவில் 629001

காலச்சுவடு பதிப்பக வெளியீடு: 1276

cikkuppiTitta tuyar ❖ Poems ❖ Author: Naveen Kishore ❖ Tamil Translation from English by Ethiraj Akilan ❖ Language: Tamil ❖ First Edition: December 2024 ❖ Size: Demy 1 x 8 ❖ Paper: 18.6 kg maplitho ❖ Pages: 160

Published by Kalachuvadu Publications Pvt. Ltd., 669, K.P. Road, Nagercoil 629001, India ❖ Phone: 91-4652-278525 ❖ e-mail: publications @kalachuvadu.com ❖ Printed at Mani Offset, Chennai 600077

ISBN: 978-93-6110-509-8

12/2024/S. No. 1276, kcp 5321, 18.6 (1) ass

பொருளடக்கம்

கோடா	9
கஷ்மீரியத்	13
வீதி முழுதும் விதவைகள்	59
தேர்ந்தெடுத்த துயர்கள்	75
சரிந்த வானம்	109
சருமத்தின் அடியில்	121
புள்ளின் அழைப்பு	137
மொழிபெயர்ப்பாளர் பின்னுரை	149

கோடா

வெளிச்சம் ஊடுருவும் நிழலுடுத்திக்
காத்திருக்கிறாள் இளம் கைம்பெண்,
காத்துக்கொண்டே இருக்கிறாள்.

கஷ்மீரியத்*

---

* கஷ்மீரியத்: கஷ்மீரின் நூற்றாண்டுப் பழமை வாய்ந்த உள்நாட்டு மத நல்லிணக்க உணர்வு.

1.

கூண்டிலிருந்து விடுவிக்கப்பட்டு
இந்த நீண்ட நோயுற்ற இரவு
பறக்கப் பழகியிராத
வயோதிக அண்டங் காக்கையென
மரித்துப் போக விடப்பட்டு,
இறக்கைகள் படபடக்க
கூனிக் குறுகுகிறது,
இந்தக் கூண்டற்ற நிலை
ஒரு மானக்கேடென

2.

கட்டைவிரலுக்கும்
ஆட்காட்டி விரலுக்கும்
இடையில் நசுங்கி
மூச்சடங்கிய
மெழுகுதிரிச் சுடர்

கருகிய இருள்

3.

தீக்கொழுந்தென வெடித்துச் சிதறு
தனித்த பூவே,
தற்கொலைப் படை உடுப்பென
வெடித்துச் சிதறும் உன் இதழ்கள்
தீக்குளித்து மங்கலாக்கட்டும்
விண்மீன்களின் ஒளிர்வை
துருவலான வானம்
தீ மழை பொழிந்து
தன் குருதியால்
ஏற்கெனவே களைத்துச் சோர்ந்திருக்கும்
புவியைப் பொசுக்குகிறது.

திரும்பப் பெற்றுக்கொள்
இந்த இரவை

4.

நிச்சலனத்தை நொறுக்கு.

ஊன்றுகோல்களில்
இரவு

5.

இரவெனும் அங்கியைப்
பிணப்போர்வையெனப்
போர்த்திக்கொண்டிருக்கும்
கதிரவன்

முரண்டு பிடிக்கிறான்
உதிக்கவே
முடியாதென

6.

பார்வை களையப்பட்ட
பறவை
புகலிடம்
தேடுகிறது
தோட்டாக் காயங்கள்
நிறைந்த வானில்

7.

கருகிய மர
அடிக்கட்டைகள்

திரட்டியெடு
சாம்பலைச் சிதறியடிக்கும்
சாம்பலைக்

காற்றின் ஊடே.

8.

அமைதியைக்
குலைத்து
மரணத்தின் மெல்லிய கிசுகிசுப்பு.

9.

சாம்பல் நிறத்தில்
நடைபாதைக் கூழாங்கற்கள்

10.

தலைக்கு மேலே
தொலைதூரக் கனவிலிருந்து
புகை

வானம்
தீப்பிழம்பாய்

11.

குரலற்ற கூக்குரல்கள்
இலைகளாய்
உதிர்கின்றன

ஒவ்வொன்றாய்

12.

மேகங்களால் தைக்கப்பட்டு
செந்நிறத்தில்
ஊறி
வானம்
தயங்கும் பிணப்போர்வை

13.

சாம்பல் நிறத் தீற்றல்
வானின் குறுக்கும் நெடுக்கும்
அதன் சாம்பல் முகம்
இருள்கிறது
கதிரவன்
மரணத்தால்.

14.

இதுவா,
அல்லது
இந்தக் கனவா,
நான் வீடு மீண்டது?
குருதியின் வீச்சம் முகர்கின்றன நாய்கள்
சினார் இலைகளின்மீது

15.

தர்பூசணித் தலைகள்
வெடித்துச் சிதறுகின்றன
ஒவ்வொரு நாளும்

16.

இன்னொரு புறத்தில்
சிறு சிறு குவியல்களில்
தேவையில்லை என விட்டுச் செல்லப்பட்ட
சாம்பல்

பிணப்போர்வைகள்
துக்கத்தில்

17.

கசங்கிய ஒளித் தாள்
காலியாக்கப்பட்ட
தனிமையாக்கப்பட்ட
புனைவாக்கப்பட்ட
அறையில்
பொட்டுப் பொட்டான மரண நிழலன்றி
வேறெதனால்
வெள்ளையாய்க் கருப்பாய் வெள்ளையாய் வெள்ளையாய்
தெளிவற்ற சலனம் காற்றால் கூட்டித் தள்ளப்பட்டுத்
தெறிக்கிறது அறையெங்கும்
தலையை முதலில் மோதி
சுவருக்குள்
அதுவும்கூட வெண்மையாய்
கசங்கிச் சுருண்டு விழுகிறது
வெடவெடக்கும் விதிர்ப்பாய்
சுழலும் தரையில்
பேரோசையோடு
தகர்ந்து விழுந்து
மூச்சு மூச்சிரைக்க
மூச்சுக்காய் மூச்சிழந்து
விழுங்கி
மூச்சிரைத்துக் காற்று மூச்சிரைத்து
மூச்சுக்காய் மூச்சு வாங்க வாங்க
விழிகள் விரிந்து சுழன்று

சுழன்று மூடுவதற்கு முன்பாக
இழுத்துச் சார்த்தப்படுவதற்கு முன்பாக
இரைகிறது
ஆண்டுக் கணக்காய்த் துருப்பிடித்திருக்கும்
எண்ணெயிடாத உலோக இழுகதவுபோல்
இனியும் வெண்மையாய் இல்லாத ஒளி மஞ்சளாய்
மூப்புற்று, முதுமையால் மேலும் மஞ்சள் பூத்து
எண்ணெய்க்காய்க் கீச்சிடும்
கதவுக் கீல்கள்
நினைத்துக்கொள்கின்றன
அடர் பனியில் கண்காணாத்
தொலைபுள்ளியில்
நிலைத்திருக்கும் பார்வையை
நினைக்கின்றன
இலைகள் பளபளப்பிழப்பதை
தாம் இறக்கும் நொடியில்
வீழும் வீழும் தாள் மிதந்து
இலகுவாய் கீழிறங்கி ஒளிபோல் கனமற்று
கிட்டத்தட்டக் கசங்கிய
ஒளியின் நிழல்
எண்ணங்கள்
காலியாக்கப்பட்ட அறையில்

ஒன்றுவிடாமல்

18.

எளிதில் தகர்ந்துவிடும் நிலவெளியில்
சாம்பல் நிற
இலைகள்
தஞ்சம் கோருகின்றன
நெருப்பிடமிருந்து

19.

நடுங்கு
சாவைக் கண்டு
குளிர்ந்த
கருணையற்ற
சூரிய
ஒளியில்

20.

தெருக்கள் தோறும்
கடும் சீற்றம்.

கற்கள்
போராடுகின்றன
குருதி கசிய
முன்வரும் முஷ்டிகளோடு

21.

கண்கள் இறுக மூடியிருக்க
கனவு காணக் கற்கிறார்கள்
மரணமுற்ற ஆண்கள்

22.

வெறித்தனமாய் மிதிவண்டி மிதிக்கிறார் சிறார்
வீடு நோக்கி
ஆலங்கட்டிகளை விசிறியடிக்கும்
வானுக்கடியில்

23.

மெழுகுதிரியின்
கருகிய சுடர்
சாம்பல் பூத்த ஒரு கனவு

24.

முகம் பார்க்கும் கண்ணாடி
பரந்து ஓசையற்று
துடுப்புகள் துல்லியமாய்
நறுக்குகின்றன
அதன் சலனமின்மையை

மாறுபட்ட லயம்

வெடிச்சத்தம்
விட்டு விட்டு
எதிரொலிக்கிறது
மணியோசையென
ஒலிக்கிறது
சாலையோரக் கல்லறைகளோடு
நெருக்கமாயிருக்கும்
நிசப்தம்
செவிடாக்கியிருக்கும்
காதுகளில்

25.

கருகி
நிரந்தரமாய்க் கருமையாக்கப்பட்டு
இந்த இரவு

26.

இரவு நெடுகிலும்
எரியும்
டயர்களின்
நாற்றம்

27.

வனமெங்கிலும்
எரிந்து கருகிய
மரத் தண்டுகள்

28.

விடியலில்
விரைகின்றனர்
மகளிர்
இரவைப் புதைக்க

29.

குத்து கத்தியால்
ஒவ்வொரு கரத்தையும்
ஒன்றன் பின் ஒன்றாய்

நொறுக்கு
காலடி கடிகாரங்களை
ஒன்றன் பின் ஒன்றாய்

30.

பசுமையான
நிலப்பரப்பெங்கும்
பச்சைப்
பசுங்குருதி
கசியும்
வீச்சம்

31.

நசுங்குகின்றன காலடியில்
மூச்சு விடத் துணியும்
இலைகள்

32.

விழியின் மூலையிலிருந்து
கலங்கலாய்ச் சாம்பல் வண்ணம்

கசியும் அகதி

33.

ஆடையுரிக்கப்பட்டு
நிர்வாணப்படுத்தப்பட்டு
நிழல்களின்
மனக்கசப்பு

34.

கற்களுக்கு அடியில்
சிதறிக் கிடக்குது
கட்டுக்
கட்டாய்க்
கவிதை

35.

அவர்கள் புதைக்கிறார்கள்
இங்கே
நிழலை
இரவுதோறும்
வெட்கங்கெட்டதெனப்
பெயர் வாங்கியிருக்கும்
நிலவொன்றின் கீழ்

36.

கைம்பெண் ஆக்கப்பட்டுவிட்ட வான்
துயருகிறது
தானே மூழ்கிப் போவதை

37.

ராட்சதச் சல்லடை
ஊறிக் கிடக்கிறது
தன்னுடைய குருதியிலேயே

புதிராகிறது
வான்

38.

நிழல்களால் அடங்குகிறது
கைம்பெண்களின் ஒப்பாரி

39.

ஒரு சில நாட்களில்
பெரும்பாலான நாட்களில்
மீந்திருப்பதென்னவோ
இரவின் முடிவிற்கான காத்திருப்பு மட்டுமே

40.

நேற்றைய சொற்கள்
காய்ந்த ரொட்டிகள்போல்
கவிதை போன்ற தோரணையோடு

41.

தொடர்ந்து
பூக்கின்றன
குருதி நிற மலர்கள்

42.

மௌனமாய்ப் பெண்கள்
கவனித்துக்கொண்டிருக்கும்
கற்கள்
அவர்களின் தலைகளைப் பிணப்போர்வையால்
போர்த்த மறுத்து
போர்த்திக்கொள்கின்றன தம் தலைகளைப்
பிணப்போர்வையால்

43.

தன் சாம்பல் நிறத் தன்மையைப்
புறந்தள்ளவியலாத
வானம்

44.

அடங்கிய கிசுகிசுப்போடு
நிழல்கள் நெருக்கியடித்து
அண்டியிருக்கும் அந்த இடத்தில்

மரங்களின்
பதற்றம்

45.

வேறெங்கோ
வெறுங் கால்களின்
ஓசை

ஓடிக்கொண்டிருக்கும்

46.

தத்தம் குருதியிலேயே திருநீராட்டப்பட்டு
அழ மறுக்கின்றன
நிழல்கள்

47.

ரத்த நாளத்தை அரிந்தெடு
குருதி சிந்தட்டும் கவிதை
பரப்பெங்கும் வெண்ணிறப்
பரப்பெங்கும்.

48.

குருதிக் கறை முஷ்டிகள்
தகர்க்கின்றன இரவை

49.

குளிர்ந்த ஈர இரவு
எங்கும் இறைந்திருக்கும்
கற்கள்
மினுங்கும் விளக்கொளி
அப்பொழுதுதான் பறித்த பூக்கள்போல்

50.

அடங்கிய அதிர்வொலி
ஆழமான படைக்கல ஊர்தி
குரல்வளையெனும் கேணிக்குள்ளிருந்து
எழுகிறது அலறல்
தன்னுடைய நெருப்பாலேயே
மூச்சுத் திணறும்
அடர்ந்த புகையென
எரித்துவிடு
எரித்துவிடு
மரங்களின் அடிக்கட்டைகள்
கருகி இறைந்து
நிலைகுலைந்திருக்கும் நிலத்தை
ஒன்றன் பின் ஒன்றாய்ப்
பெருமரங்கள்
இரையாகின்றன

எதற்காக?
எது?
அதுதான் இந்தக் கண்மூடித்தனத்தைத்
தூண்டியதா
கண்மண் தெரியாத, மூர்க்கமான,
வெறி குருடாக்கிய
சிந்தைக்
கைவிடலை
எனில் சாத்தியமில்லை
அவ்வளவு அவ்வளவு
சினம் நிறைந்து வெளுத்துக்
குருதி வற்றிய இதயங்கள்
தமக்குள்ளாகவே அழுகி
அழுகிய சாம்பல் குவியலாய்ச்
சரிந்து வீழு முன்
சுவர்களில் பட்டுத் தெறிக்கும்
தீக்கொழுந்துகளின்
பிரதிபலிப்பை
வெறுமையாய் வெறித்து வெறித்து
நிழல்களால் நிரம்பியிருக்கும்
அறைகளில் சிக்குண்டிருக்கும்
முகங்களாய் நிறைந்திருக்கும்
நிழல்கள் பற்றவைத்த தீக்கொழுந்துகளை
அணைப்பதென்பது
நிலவெளி காத்திருக்கிறது
கூதிர்காலத்திற்கும்
பனிக்கும்

51.

கோப வெறிகொண்டு செல்
இரவின் உள்ளே
தனித்த நிழலே

மறைத்துக்கொள்
மறைத்துக்கொள் உன் மானக்கேட்டை

52.

குரல்வளை நெரிக்கும் நிசப்தம்.

இரவு
உப்புத் தாளெனத் தேய்க்கிறது
தனது இலைகளை
தம் பாடல்களை நாராசமாய்ச்
சந்தம் பிசகிப் பாடி
உடைந்த குரலில்
பூசலிட்டுப்
பிணக்குடன் உறுமும்
நீரடி நாணல்களைப் போல்

எங்கோ தொலைவில் பெருமூச்செறியும்
புல்லாங்குழல் காற்று
கிசுகிசுக்கிறது சரசரப்பை
இணக்கத்தோடு
பலவீனமாய்.

மென்மையான
கிரீச்சிடல் துளைக்கிறது
காரின் கொம்பொலியை
விடாப்பிடியான, உரத்த
ஒப்பாரி

குரல்வளை நெரிக்கும்

அமைதி

53.

கழுத்தை வளைத்து
இறுக்கிப் பிடித்திருக்கும்
கைகளின் ஒத்தாசையோடு
கீழே அழுத்தப்பட்டு
வெறித்தனமாய்
நீர் தெறிக்க,
இருள்

மூழ்கிற்று

ஒரு வழியாய்
ஒளிக் குளத்தில்

54.

தெருத்தெருவாய்க்
கதவுகள் அறைந்து சாத்தப்பட
கண்ணிமைகள் மூடிக்கொண்டன
ஓசையெழும்பாக் கால்களில்
பதுங்கி நழுவி
வெளிச்சம் பின்வாங்க

இடிந்து விழும் நிழல்களின்
சிதைவுகளைப் பின்னால் விட்டு விட்டு

55.

உரிபடுகின்றன நிழல்கள்
இற்றுப்போன கூரையிலிருந்து
காரை உதிர்வதுபோல்

செந்நிற முகம் கொண்ட சினார்
செய்வதறியாமல் நிற்கிறது
அதன் இளைத்த கிளைகளிலிருந்து பால் வடிய

தொடுவானுக்கும் என் உள்ளங்கையின்
பின்புறத்திற்கும் உள்ள தொலைவு கணக்கிடப்படுகிறது
வெண்ணிற இறகுகள் கொண்ட பறவையின் பறத்தலால்

சிறைப்பட்ட அந்துப்பூச்சி
முதுகில் உயிர் விட்டுக்கொண்டிருக்கும் நெருப்புக் கங்கின்
சுமையோடு
பரிசல் விட்டுக்கொண்டிருந்தது குறுக்கும் நெடுக்கும்

வலியறியா விரல்கள் அணைத்திருந்த
மெழுகுதிரிச் சுடரின்
எதிரொலிகள் கேட்கின்றன வேறெங்கோ

கற்தரை
உணரத் தொடங்குகிறது குளிர்ச்சியை
வெறுங்காலடிகள் அதன் கல்லறைமீது நடந்து செல்ல

கிசுகிசுப்புப்போல்
நழுவிச் செல்கிறது தேவ தூது
தன் சொந்த நிழலைத் தாண்டி
நெருப்பின் வெளிச்சம் வெட்கி

தெள்ளிய நீல வானில் கேட்கிறது
கூதிர்காலக் காற்றின் பாடல்
முற்றாய், அடியோடு மௌனமாய்

ஒரு குழந்தையின் எதிர்கால நினைவுகள்?

56.

நறநறப்பாய்க்
காலைக் காற்று
சாம்பல் தூள் மூட்டத்தால் மறிக்கப்பட்டுக்
கண்களை மறைத்தது
நேற்றைய புழுதிப் புயலின்
முழுமை பெற்றிராத கனவுகளூடே
விரைந்தோடி
கண் கட்டப்பட்ட சூரியன்
கதிர்களின் ஊடே தடுமாறுகிறது
தன்னுடைய பித்த நீராலேயே
புரையேறித் திண்டாடும்
துருப்பிடித்த வானிடம்
மூச்சைக் களவாடி

57.

விசாரணை ஏதுமின்றியே
அவனை விசாரித்தார்கள் அவர்கள்
அவன் செய்யாதவற்றைச்
செய்ததாய்க் குற்றம் சாட்டி
குற்றவாளியென்று தீர்ப்பளித்துத்
தண்டனையாய்க்
கைகளைப் பக்கவாட்டில் படிய விட்டு
மூடிய முஷ்டிகள்போல் இறக்கைகளைப்
புஜங்களோடு இணைத்துக்
கயிற்றால் அவனைச் சுற்றிக் கட்டினார்கள்
இறுமாப்பாய் அவன் உயர்ந்து நின்றிருக்க
பூஜ்யத்தைக் காட்டிலும் நாற்பது டிகிரி குறைவாயிருக்கும்
உறைநீர் பீரங்கியால் அவனைச் சுட்டார்கள்

இவ்வாறு உறைந்தவனை
வானின் புழைக் கதவின் வழியே கீழிறக்கிக்
கயிற்றைத் துண்டித்தார்கள்

நாடு கடத்தப்பட்டது தேவ தூது

58.

காதடைக்கிறது
கானக மையத்தின் நிசப்தம்

59.

முன்னறிவிப்பில்லாத விருந்தாளியாய்
என் கனவின் பக்கம் ஒதுங்கினேன்
புதையுண்டிருக்கும் கிசுகிசுப்புகளை
எழுப்பிவிடக் கூடாதெனும் கவனத்தோடு
அவற்றின் கல்லறைகளில் மெழுகுதிரி ஏற்றினேன்
துயிலும் நிழல்களைக் கலவரத்தில் ஆவேசமாய் இயங்க
வைத்து
சிறகு விரித்த வௌவால்கள் கண்மண் தெரியாமல்
ஒன்றின் மீதொன்றாய் மோதிப் பறக்க
அதன் விளைவாய்க் கிசுகிசுப்புகள் விழித்தெழுந்து
நேருக்கு நேராய் என் கண் பார்த்து
தாம் செவ்வனே செய்வதைச் செய்யத் தொடங்கின

சாட்சியாவதை

60.

நடைபாதையின் மீது
சிதறிக் கிடந்தது ஒரு கனவுபோல
மூடி மறைக்கப்படாத, கண்மூடித்தனமான,
சினம்

யாவற்றின் மீதும்

61.

மழையில் நனைந்த ஒளி
துலக்கமாக்கியது

இனியும் நீலமாய் இல்லாததொரு வானில்
தொலைந்த மேகங்களை

சாம்பல் வண்ணம் கருமையாக்கியது
இரவை

தலை குனிந்தது
அவமானம் மானக்கேட்டில்

62.

குளிராய்ச் சாம்பல் நிறத்தில்
காலைப் பொழுது
விரைகிறது
இரவைப் புதைக்க

63.

நகரின் இதயம்
ஒரு மயானம்

துயரின்

64.

சிக்கிக்கொண்ட
நிசப்தம்
மூச்சுத் திணறுகிறது

65.

யாருமே பாடுவதில்லை
இப்பொழுதெல்லாம் இல்லை
ஒரு காலத்தில்
மகிழ்ச்சியாய் இருந்த
இந்தப் பள்ளத்தாக்கில்கூட

தவிர

மரித்தோர்
தவிர
மரித்தோர்

கிசுகிசுப்பாய்
ரீங்கரித்துக்கொண்டு

தாம் மரித்துக்கொண்டிருப்பதைப் பற்றி

66.

மரணம்

மானங்கெட்டு
அதன் உதடுகள் கிசுகிசுப்பின் வடிவத்தில்

செருக்கான செந்நிறத்தில்

67.

ஈவிரக்கமின்றி அரைபட்டு
மூடுபனியின் மீது
சிதைபட்ட ஈரமுகம்

ஓயாத நச்சு
இந்த அமில மழை

68.

தீய்ந்த சதையின் வீச்சத்தை முகர்ந்து பார்
அவர்கள் அணிவகுத்துச் செல்கையில்

அவர்களுடைய உலோகக் காலணிகள்
புதைக்கின்றன
நகரை

உறைந்து திரண்டிருக்கும்
கரிய பனிக்கடியில்

69.

வீறிடல்களின் இரு மருங்கும்
கட்டாயமாக்கப்பட்ட அமைதி.

70.

சவட்டி நசுக்கப்பட்ட வான்வெளிகள்
அடித்துப் பணியவைக்கப்படுகின்றன
ஈவிரக்கமின்றி

71.

நிழலற்ற நண்பகலில்
காகங்களின் கரைச்சல்

72.

கடைசி ஓலமும்
அடங்கிய பிறகு
நிழல்கள் மட்டுமே மீந்திருக்கின்றன

வறண்டு கிடக்கிறது இந்தத் தொண்டை

73.

கற்பனை செய்து பார்
காற்றின் சோகத்தை
இந்த வெகுளியான மலரின் இதழ்கள்
அறியாத்தனமாய் அழிக்கப்
பறக்கும் படைக்கல ஏவுகணைபோல்
வெடித்துச் சிதறுகையில்

74.

சிதைவுகள்
பாழ்நிலையின்

75.

இருண்ட மரம் மாபெரும் ஓக்
உன் கிளைகள்
நனைந்திருக்கின்றன கண்ணீரால்

76.

சுருக்கம் விழுந்த புறப்பாடுகள்

துக்கத்தால் குப்பைகூளமாயிருக்கும்
கைகளில்

77.

சரசரக்கின்றன
புதையுண்ட இலைகள்
அப்போதுதான் பறிக்கப்பட்ட மண்ணுக்கடியில்

78.

சிக்குண்டு
தனிமைச் சிறையில்
தன் ஒளியும் களவாடப்பட்டு
கண்களின் பளபளப்பும் போய்
அவள் கண்ணீர்
கருமையாக்கியது
சூறையாடப்பட்ட
மானக்கேட்டை
கிடந்தது நிலவு
முகட்டை அண்ணாந்து பார்த்தபடி
கைம்பெண்ணாய்

79.

விளக்கை அணைத்த
விரல்களால் தீண்டப்பட்டு

ஒரு காலத்தில்
நின்று நீடித்து
நேராய் எரிந்துகொண்டிருந்த
மெழுகுதிரிச் சுடர்
தனது உள்ளங்கைக்குள்
தலை கவிழ்த்தது

நீண்ட இரவின் சாயலிலான
ஏதோ ஒன்று
மீண்டது
விண்ணில் நடமாட

80.

அவளுடைய கண்களுக்குள்
தணிந்து கீழிறங்கும் ஒரு சூரியன்.

81.

சூரியனை
மறைத்துக்கொண்டிருக்கும்
சுவரை முகிலாக்குகிறது புயல்
விடியல்
சற்றும் கருணையற்று
மழையின்
குரல்வளை நெரிக்கிறது

82.

சாம்பல் நிறக் காற்று
மூச்சடக்கிக் காத்திருந்து
குழப்புகிறது
பறக்க இயலாத
அந்தத் தனித்த கழுகை

83.

ஊமையாக்கப்பட்ட குரல்கள்
கைவிடுகின்றன தமது மௌன விரதத்தை
வெறுங்காலோடு பெண்கள் தப்பியோடுகின்றனர்
நெருங்கும் படைக்கல ஊர்தியிடமிருந்து

84.

அறுக்கிறான் மந்திரவாதி உடலை இரு கூறாக
குனிந்து வணங்கி
மதி மயங்கிய பார்வையாளர் கரவொலி எழுப்புகின்றனர்
குருதிக் கைகளோடு

85.

குடிகாரப் பிசாசு
தானே சரிகிறது தன் சவ ஊர்வலத்தில்
இழவுக்காரர் கவனத்திலிருந்து தப்பி
தன்னைத்தானே இறக்கிக்கொள்கிறது மண்ணுக்குள்

86.

குருதிநிறப் பூக்கள்
கட்டியங் கூறுகின்றன முன்கூட்டியே வரவிருக்கும்
வசந்தத்திற்கு

விரைவிலேயே நேரம் கூடிவிடும்
குழந்தைகள் வெளியே
வந்து விளையாட

87.

விழிகள்
முடிவற்ற
கேள்விகளோடு

88.

முழங்காலளவு சாம்பலுக்குள்
நினைவுகளுக்குள்
சல்லடை போட்டுச் சலிக்கின்றன

எப்பொழுதோ எரிந்து
சாம்பலாகி விட்டிருந்த சீற்றத்தை

89.

பிஞ்சு முஷ்டிகளைக் கற்களைச் சுற்றித் திரட்டி
பழகுகிறார்கள் சிறுமிகள் குறிவைக்க
எறி
எறி
எறி

90.

தப்பியோடுகிறான் கவிஞன்
தன் சொந்தச் சொற்களிடமிருந்து
சிதறும் தோட்டாவின் கைகளுக்குள்

91.

அலைந்து திரிந்து இரவு
தஞ்சமடைகிறது ஒப்பாரியின் கரங்களைத்
துயர்கொண்டு

92.

தோட்டாக்கள் துளைத்த மரங்கள்
பின்னிப் பிணைந்து
இதயம் முழுக்கக்
கிசுகிசுப்பு

93.

தீச்சுடர் சுமக்கும்
நாவுகள்
இதமாக்குகின்றன
குளிர்காலக் கடுப்பை
வான் நிறைகிறது புகையால்

94.

துடுப்பொலியால்
அமைதி
குலைய,
அரியப்படுகிறது
இரவு

95.

முகில்கள்
உறையிட்டன பிணப்போர்வைகளுக்கு
பூமி
பற்றியெரிகிறது

96.

செந்நிறக் கனவின் நிழல்
பதிலுக்குக் கடித்துக் குதறுகிறது குருதியை
நான் சுரண்டிக்கொண்டிருக்கிறேன்
சொற்களாய் கவிதையாய் ஒப்பாரியாய் உருவாகிவிட்ட
தழும்புகளை

97.

புண்பட்டிருக்கும் நிலம்
காத்திருக்கிறது
குளிர்காலப் பனியின்
தாக்குதலுக்கு

98.

குருதி வடிந்துவிட்ட
பிணப்போர்வை
வெண்ணிறச் சாயம்
நனைக்கப்பட்ட நிலமென

99.

ஒரு கல்முக நோய்
சத்தமின்றிப் பரப்புகிறது
கண்மூடித்தனத்தை

100.

குரலற்றுப்
போகவைக்கப்பட்ட பேச்சு
உருவாக்கியது
மரணத்தை

101.

பதற்றமாய்
மூச்சிரைக்கும்
எதிரொலிகள்
யாசிக்கின்றன
மன்னிப்பை

102.

தோட்டாக்கள்
வெடிக்கின்றன
தாளின் மீதான
கவிதைகள் போல்

103.

தேம்பும் மரங்களாய்
நிறைந்திருக்கும் கானகத்தில்
ஏங்கும் புள்ளினங்கள்
தமது கூண்டுகளுக்காய்

104.

'சொல்லைக் கண்டுபிடி' விளையாட்டைப் போல்
இருட்டால் பார்வை பறிபோன
சொற்களஞ்சியமான நான்
புகையை, கருக்கலின் நாற்றத்தை முகர முடிந்தது
அது ஒரு நீண்ட இரவாக இருக்கப் போகிறது
தொடர்ந்து நின்று நிதானமாய் அலுப்பூட்டும் விதமாய்
விடாப்பிடியாய் இடைவிடாமல் ஓயாமல்
எல்லையற்று முடிவின்றி நிரந்தரமாய்
எரியும் ஓர் இரவாக

105.

ஓடுகள் சரிந்து உடைகின்றன தரையில்
ஒவ்வொன்றாக

ஓடும் காலடியோசை?

வீதி முழுதும் விதவைகள்

ஊரடங்கைப் பிரிக்கும் முட்கம்பி வேலிக்கு
அப்புறத்தில்
நிற்கின்றார்கள் மூன்று பெண்கள்
அவர்கள் உடல் கருப்பால்
மூடப்பட்டிருக்கிறது.

விழிகளின் செம்மை மட்டுமே

வழி காட்டுகிறது அவர்களுக்கு
இடுகாடுகளுக்கு

பனியால் போர்த்தப்பட்டு
இந்த ஆகஸ்ட் மாதம்
ஆரூடம் கூறுகிறது
ஒரு கொடூரக் கூதிர்காலத்தை

கவனி ஆடவர் தப்பியோடுவதை
இறப்பதை
வீதியெங்கும் விதவைகள்

வெறிச்சோடிய தெரு
அனுமதிக்கிறது குழந்தையைச்
சில்லு விளையாட்டு ஆட
அவள் ஒரு காலால் தவ்வுகிறாள்   பின்
மறு காலால்
முணுமுணுக்கிறாள் காணாமல்
போன நண்பர்களின் பெயர்களை
மனத்துக்குள்ளேயே
ஏரி நீர்   பார்த்துக்கொண்டிருக்கிறது
மௌனமாய்
மரித்தோரை யாரும் தப்பாய்ப் பேசுவதில்லை
இங்கே   யாரும்
பேசுவதில்லை.

உன் தொண்டையின் அடியாழத்தில் நாக்கு
ஒளிந்திருக்க
நீ விழுங்குகிறாய்.

இருப்பதிலேயே நீண்ட தெருவின் முனையில்
பதுங்கும் நிழல்கள்
வாகனங்களுக்காய்க் காத்திருந்து

போதுமளவிற்குப் பார்த்தாகிவிட்டதென்று நீ நினைக்கையில்
வெடித்துச் சிதறுகிறது இரவு
அடுத்து இன்னொரு நாள் பிறக்கிறது

பள்ளத்தாக்கெங்கிலும் இனி வெள்ளை லில்லி
மலர்களே இல்லை.

நிலவு தேடுகிறது நங்கூரத்தை வீழ்கையில்
         தலைகுப்புற   குளத்திற்குள்
கழிவுநீர் மறுக்கிறது
         அசைந்து கொடுக்க

நவீன் கிஷோர்

எவ்வளவோ வாழ்க்கைகள் வாழப்படாமலே

மரணத்தில் மிகவும் எடையற்றதாக ஆகிவிட்டது என் மேனி
இரும்புக் கட்டிலின் காலோடு அதைப் பிணைக்க
வேண்டியிருக்கும் அவர்கள்

நவீன் கிஷோர்

போய்த் திரட்டி வா மலர்களை   மலர் வளையங்கள் செய்ய
போ   வீடு வீடாய்
                பிணப்போர்வைகளுக்கான
                    விரிப்புகள் திரட்ட

இங்கே நேரமில்லை துயரம் கொள்ள

காணாமல் போன நண்பர்கள்
        அவர்கள் மூச்சு   உறையவைக்கிறது
குளிர்காலக் காற்றை

இமைக்க மறுக்கின்றன அவர்களுடைய கண்கள்
        அவிந்துவிடுமோ எனும் அச்சத்தில்

இது ஒரு சங்கடமான சமாச்சாரம்
சாமர்த்தியம் வேண்டுவது
பதற்றம் வெளிப்படக் கூடாதது

ஒவ்வொருவருமே
8லிருந்து 15ந்து வயது வரையானவர் கொண்டுசெல்லப்பட்டு
விட்டனர்

மாயமாகிப் போன குழந்தைகளைப் பற்றி நிழல்களிடம்
பேசிக்கொண்டு லாந்தர் விளக்கொளியின் விளிம்பில் நிற்கும்
தந்தையரின் ஞானமும் கூடத்தான்

பிற்பாடு என்ன நடந்ததென்று என்னை நீ வினவும்போது
வாயைத் திறந்துனக்குக் காட்டுவேன் என் நாவில்
படிந்திருக்கும் புண்களை

எழுகிறது ஓலம் மூடுபனிக்குள்ளிருந்து
         காற்றுக்காய் மூச்சிரைத்துக்   கலந்தொலிக்கும்
காலடி ஓசைகள்   எதிரொலிக்கின்றன
             மங்கும் பகல் பொழுதின் கனத்தை
கல்பாவிய தெருக்களின் மீது

விரைவில் தோன்றுவார்கள் பிணந்தூக்கிகள்
தம் சுமைகளைச் சுமந்து

சிக்குப்பிடித்த துயர்

கலங்கலான
நிழல்
உறைகிறது
வாக்கிய நடுவில்

தேர்ந்தெடுத்த துயர்கள்

மீண்டும் அந்த ஞாயிறன்று

தனது நுரையீரல்களை
நிரப்பி   மூச்சுக் காற்று

ஈயின் ரீங்காரத்தில் மூச்சுத் திணறும்
மூச்சடைத்த
மூச்சடைத்த
மதிய நேர மூச்சுக் காற்றிலிருந்து

இளைப்பு–வீறிடும் வெந்நீர்க் குடுவை
ஆவி
ஆவி
சீழ்க்கையடிக்கிறது
ஒரு கள்ள விடைபெறலை

மழை தாளமிடுகிறது
கதவின் மீதிருக்கும் சாளரத்தின் மீது
பாராமுகமாய்
ஒளியிடம்

மீண்டும் அந்த
ஞாயிறன்று.

~

கசந்த
பின் யோசனையாய்
விளைந்த நிசப்தம் யாசிக்கப்படுகிறது
அதிசயம்
நிகழ்த்திக் காட்ட
திரை போர்த்த படிகங்கள்
நம்பவியலாமை
முக்காடிட்டிருக்கும்
கண்களைப் பிரதிபலிக்கும்
குழப்பமான வெறித்தல்களின்
பந்துகளாய்
உருட்டப்பட்டு
போச்சு

போயே

~

கழித்துக்கட்டப்பட்ட
சடை நிலத்திட்டு
ரகளைக் குழந்தையாய்
சாளரத்துக்கடியில்

சிக்கலான களைகள்

திரள்கின்றன
புயல்-துரு முகில்கள்
கலக்கமுற்ற மாமரக்
கிளைகளுக்கு மேலாக

அரைகுறையாய் ஓர் அலறல்

தீர்மானமற்றுக்
காற்றுமானி தயங்குகிறது
குயில்கள் முன்னறிகின்றன
அகாலக் கல்லறைகளை

முகம் திருப்பி

அவளோ
அமர்ந்திருக்கிறாள்
மௌனமாய்
ஆண்டு போய்
ஆண்டாக

தன் சாவைத் தானே துயருற்று

சிக்குப்பிடித்த துயர்

~

வரும் வசந்தத்தின்போது நீ எங்கிருப்பாய்

காற்று-அன்னையே

வெப்பம் எகிறும் பொழுது
நினைவெழும்புவதைப் போல்
இருப்புப் பாதைகள்   மறுக்கையில்

வெப்ப மூட்டம்   குறுக்குகின்றது
வந்து சேராமைக்கான   தொலைவை   மட்டுமின்றி
அங்கே சென்றடையும்
முகம் பார்க்கும் கண்ணாடி ஒளிரும் அங்கே
ஒருவருக்கொருவர்
முகமன் கூறிக்கொள்ளாத   அங்கே

அங்கே

வெப்ப மூட்டம் குறுக்கும்   எங்கே
ஒருவரையொருவர்   சந்தித்துக்கொள்வதில்லையோ
                                           அங்கே
மட்டுமின்றி வந்து சேராமைக்கான தொலைவை
மட்டுமின்றி அங்கே சென்றடையும் அவ்விடத்தில்
முகம் பார்க்கும் கண்ணாடி   ஒளிரும் அங்கே எவ்விடத்தில்

அது எக்கேடும் கெடட்டும் நான் உனக்கொரு கடிதம்
                                   போட்டுவிடுகிறேன்.

நவீன் கிஷோர்

~

மழைச்–சாம்பல் நிற சொரசொரப்புத் தாளில்
அச்சாகியிருக்கும் கவிதைகளுக்கு இடையில்
அழுத்தித் தேய்க்கப்பட்டிருக்கிறது பூ
அவள் நினைவில் வைத்திருந்தாள்
வழிந்தோடும் கழிவுநீர்
சுவரடுக்குத் தட்டுகளின் மேலடுக்கில்
கண்ணாடிப் பேழைகளுக்குள் சிக்குண்டு
கீழே வெறித்துக்கொண்டிருந்த
ஜப்பானியப் பொம்மைகளின் கஸ்தூரி மணம்
வேறெதன்மீது
உணவுமேஜை மீதுதான்
அழுத்திக் கசக்கும் கைகள்
துருவேறிய நம்பிக்கையில் குவிந்திருக்க
அவளுடைய வெளிச்சம் நிறைந்த கைகளுக்குள்
இருட்டு அமர்ந்து காபி பருகிக்கொண்டிருந்தது

~

ஒன்று விடாமல்
குறித்து வை
பட்டியல்கள் தயாரிக்கின்றன பட்டியல்களை
உன் விடுப்பு விடை பெறுவது
பற்றிய திடீர்ச் செய்தியால் நிம்மதியுற்று?
நீ அறிந்திருக்கவோ,
யூகித்திருக்கவோ
இயன்றிராத ஒன்று இது
ஆனாலும்கூட
நீ அறிந்துதான் இருப்பாய்
யூகித்துத்தான் இருப்பாய்.
இல்லையா?
முடியாமல் மென்மையாய்த் தோற்று
சொல்லிவிட முடியாமல்
சுருக்கமாகக்கூட
உள்ளபடியே நெருக்கமாய் நாம் இருந்தபோது
கிட்டத்தட்ட நெருங்கிவிட்ட வசந்தத்துத் தோழனாய்
எனக்கென விட்டுச் சென்றிருக்கிறாய் போதுமான
ரொட்டித் துணுக்குகளை
நிழலையும் நிழலுக்குப் பிறகையும்
கவனமாய் அவிழ்த்துப் பார்க்க
திரட்டி நேர்த்தியாய் ஒளித்து வைக்கப்பட்டு
நேர்த்தியாய் உள்ளுணர்த்தி
பிற்பாடு வரக்கூடும் காலத்தை
பிற்பாடு எனக்குத் தேவைப்படும்
தேவைப்படும்
என் வீட்டிற்கான வழியைத் தேடும்பொழுது
அப்படியொன்றும் சாமானியச் செயலாய் அது
                                  இருக்கவியலாதபொழுது

நவீன் கிஷோர்

~

அன்று காலை மழைக்கான அறிகுறியே இல்லை
கொஞ்சம்கூட.
சொல்லப்போனால் எல்லாமே வாடிக்கையாய்தான் நடந்து
கொண்டிருந்தது.
கண் விழி கணவனிடம் திரும்பு உன் தேநீரைக் கேள்
கிட்டத்தட்ட அவன் கைகளுக்குள் சரிந்துவிடு

அவளுக்குப் பயிற்சி போதாது என்று நினைத்துக்கொள்வது

ஆக, அதைத்தான் நீ பார்க்கிறாய்
அது முற்றிலும் ஒத்திகையேதும் இல்லாமலேயே நிகழ்ந்தது
அவளுடைய வெளியேற்றம்

~
நிறைய
காகிதக் கீறல்கள்
விரல்கள்
புரட்டுகின்றன கவிதைகளைச் சுண்டுகின்றன
பழுப்பேறிய பக்கங்களை
வேகம் கூட்டிச் சரசரக்கின்றன
புதிதாய் அழுத்தப்பட்ட
மலரிதழ்கள் நெட்டித் தள்ளுகின்றன
பழைய காய்ந்துபோன
பொடியும் மலர்களின்
தொலைந்துவிட்ட பளபளப்பை
முன்னமே புரட்டப்பட்டுச் சுண்டப்பட்டு
மடிக்கப்பட்டு
புழுதி படிந்துகொண்டிருக்கும்
செல்லரிக்கத் தொடங்கியிருக்கும்
பக்கங்களின்
நொய்மையான வாசிகளை

~

குறுக்கிடு
குறுக்கிடு
தடுமாறும் மூடுபனியே
இலையுதிர்காலத்து இலைகள்
இப்பொழுதுதான்

       உதிரத் தொடங்கியிருக்கின்றன

~

மன்னிப்பாய் என் நாணும் துயரை

சுடரே
நடுக்கம்கொள்
தயங்கு

கொளுத்து

~

கருமைக்கும்
கருமைக்கும்   இடையில் கிடக்கிறது
கைவிடப்பட்ட ஓர் ஒளிக்கீற்று
தரை மரப்பலகை பாவியது   தள்ளாடும் பாதங்கள்
                                                        நடுக்கமாய்
நுழைகின்றன மேடையில் ஒளித்தோற்றத் தாரைப்
                                        பதங்களின் இடையில்
அனைத்தும் அடங்குகின்றன முன்கூட்டிய சமிக்ஞைக்கு
                                        ஏற்ப தொடங்குகிறது

ஒரு நொடியின் நொடி
விதிர்த்துத் தொடங்குகிறது புதிதாய்
அந்தப் பாடல்
அந்தக் கதை
அந்தப் புனைகதை
செவிவழிக் கதை
வீர காவியம்

காலங்களாய்த் தடைசெய்யப்பட்டிருந்த புண்களைக்
கீறுகிறது
விழிகள் மலின இலக்குகளாக
ஒளிக்கற்றை மேடையில் குறுக்குமறுக்காய்ப் பாய்கிறது
இடியை உருவாக்குகிறது புயலை உருவாக்குகிறது
விறைப்பை ஏற்படுத்துகிறது.
கண்கள் தொடர்கின்றன
கண்களை நீ கட்டியிழுத்து
மெய்மறந்திருக்கும் ஒட்டுமொத்த அவையின்
கவனத்தைக் குவித்தெடுக்க
அமைதியாய்க் கவனித்துக்கொண்டிருக்கும்
உன் ஒவ்வோர் அசைவையும் சொற்களையும்
நீ உச்சரிக்கும்
நீ விளக்கும்
நீ உணர்வூட்டும்
நடித்துக் காட்டும் எல்லாமாய் வெளிப்படுத்தும்
எப்பேர்ப்பட்ட உன்னத நடிகன் நீ என்பதை
இல்லையா?

~

சொற்கள் என் மூச்சை நிரப்புகின்றன
வாயைவிட அதிகமும்
அந்த மூச்சே வெளியேறுகிறது
ஓட்டைகளை விட்டபடி நம் உரையாடலில்
என்னைக்
கேள்வி கேட்கவைத்து என்னதான்
நடக்கிறதோ உண்மையில் என்று
ஏனெனில் நடக்கிறது என்னமோ

சுற்றிலும் பார்க்கிறேன் முடியவில்லை
அடையாளம் தெரிந்துகொள்ள சுற்றியிருக்கும்
மனிதர்களை
அதனால் என்னைக் கேள்வி கேட்கவைத்து
எது உண்மையில் காரணமாயிருக்கும் மூச்சிற்கு
குறைவாய் வாய்
மூச்சிழுக்கும் அளவுக்கு

சொற்கள் பதிய மறுக்கின்றன
காதில் விழவில்லை
மொழியின் விளிம்பில்
உச்சரிக்கப்படும் மிழற்றலுக்கு இடையில்

தோற்கிறது விடாப்பிடியாய்
தீர்மானத்தோடு மறுத்து
முடியாதெனச் சொற்கள்
என் வாயை நிறைக்க மூச்சு இரைக்கும் நிலை
என்னைக் கேள்வி கேட்கவைத்து என்னதான்
நடந்துகொண்டிருக்கும் உண்மையில்

ஏனெனில் ஏதோ நடந்துகொண்டிருக்கிறது

~

      என்னைச் சுற்றிலும் பார்க்கிறேன்   முடியாமல்
மழை அதன் மாறாத்தன்மையுடன்
                        அதே
இருளாக்கப்பட்ட புதிர்
             அவிழ்படாமல்

விரக்தி
நிகரற்று அதன்
மாறாத்தன்மையில்   அதே
      விரக்தி அவிழ்த்துக்கொண்டிருக்கிறது
புதிரை அதன் அடர்த்தியை
நிகரற்றது
அதன்   மாறாத்தன்மை
இனியும் ஒரு புதிராக இல்லாமல்
மழை

        மூழ்கி

விரக்தியில்   நிகரற்ற

விஷயங்களாய்
சலிப்பில்

மாறாத்தன்மையிலும்   அவிழ்க்கிறது
மாறாத்தன்மையை
மாறாத்தன்மை
அதே மாறாப்   புதிர்

~

சடைப்பின்னல் மோனம்
பழகிக்கொண்டிருக்கிறது வாழ
சிக்குப்பிடித்த துயருடன்
நீ செய்துகொள்கிறாய் உனக்கான வேலையை
பாடும்பொழுது உன் துயரை ஆம்
நீ செய்துகொள்கிறாய் உன் வேலையை   நீ பாடும்பொழுது
உன் துயருறும்
சிக்குப்பிடித்த அமைதியை
சடைப்பின்னலிட்டிருக்கும் துயரை
நீ பாடும்பொழுது
ஆம்
நீ பழகிக்கொள்ளத்தான் செய்கிறாய். உன் வேலையைச்
                                             செய்துகொள்ள
சிக்குப்பிடித்த சடைப் பின்னல்கள் துயருறுகின்றன
அமைதியைச் சிக்குப்பிடித்த சடைப் பின்னல்கள்
                                        துயருறுகின்றன

அமைதி

நீயே அதைக் கேள்   முதலில்
        நிதானமாய்ப் பிறகு   லயத்துடன்
உனக்கே உரித்தான அமைதியுடன்
சடைப்பின்னலாகியிருக்கும் துயரே கற்றுக்கொள் நீ
உன் கடவுள்களை ஒரு மூலைக்குத் துரத்தியடிக்க
ஒளித்து வை அவர்களின் ஒளியை
இருளுக்குள் மூழ்கு
கட்டிப்போடு அவர்களைச்
சிக்குப்பிடித்த துயரால்
சடைப்பின்னலிட்டிருக்கும்
அமைதியில்

~

'நீலத்தை அரங்கேற்று' என்றாள் அவள்
குறிப்பாக இன்னாரிடமென்று இல்லாமல்
அவளுடைய ஆனந்தத்திற்கு ஏற்றாற்போல்
என்றே நான் நினைக்கிறேன்
அந்தப் பரந்த காலியான அரங்கில்
அவள் தற்செயலாய் ஏறிய மேடை
ஒளிர்ந்தது வெள்ளியின் நீல நிறச் சாயையில்
அவளுடைய காலணிகளை உதறிவிட்டு
முதுகுப் பையை இறக்கை விரித்தாற்போல் பறக்கவிட்டுப்
பாதங்கள் பதமிடத் தன் இடம் அடைந்தாள் வேகமாய்
நவீனகால பாலரீனா மாதுபோல்
வெறுமையை நடனமாடி
ஜதி போடுபவர் லயத்தோடு இழைய
அவளுடைய பிசிறுகளையும் குறைகளையும் நிழல்கள்
விடாப்பிடியாய்த் தொடர்ந்திருக்க
நடனக் குழு போட்டியிட்டுத் தனது வேகம் கூட்ட
உற்சாகமாய் ஆரவாரிக்க
சருகின் இலகுவோடு துள்ளித் தாவி
தன்னைத்தானே வலப்புறமாய் விட்டெறிந்து
தரையில் வீழ்ந்து புரண்டெழுந்து

துடிப்பாய் முகடு தொட்டு
சுழன்று சுழன்று தாளகதியிட்டு
நீல நடனத்தில் துள்ள
பித்துப் பிடித்த ஈர்ப்புக் கூடிய
இரண்டு மூன்றென்ற விரல் சொடக்கில்
தங்கள் பாராட்டை வெளிப்படுத்தினார்கள்
வசந்தகாலத்தைப் பற்றிக் கிசுகிசுப்பாய்ப் பாடி
முன்னேறி வரும்பொழுது ஓ மகான்கள்
மகான்கள் முன்னேறி வரும்பொழுது
அன்பு எங்கும் ஓங்கும்பொழுது
அவர்களின் இதயங்கள் துடிப்பதை நீ கேட்கலாம்
ஓர் இயந்திரத் துளையிடும் கருவியெனச் சுழன்று
மேடையின் தளத்தைத் துளைத்து
அவள் சரியத் தொடங்கும் வேளை
அந்தப் பெண்ணை அவர்கள் சுற்றிச் சூழ்ந்தபோது

மலர் வளையங்களைத் திரட்டு
கவிதையின் விளிம்பில்
அது சாகட்டும் உன் நாவில்
மூச்சிழந்து
அது துயருறுகையில்
தன் சாவைத் தானே

*பிழை திருத்து
உன் உள்ளங்கை ரேகைகளை
விட்டேற்றியான சமிக்ஞையில்.
விரிந்த விழி வெறுமையில்*

~

மர்மமான உழைப்பால் களைப்புற்று
ஓய்ச்சல் எனும் வதந்திகளுக்குக் காரணமாகி
அவற்றை உறுதிப்படுத்திக்கொள்வது கடினமெனும்
நிலையிலும்
அவ்வளவு மெலிந்த நிலவு அது விடியுமுன்னே தேய்ந்து
விடுகிறது

~

அழு   திரவத்
துயரே
                             கசி
கண்களிலிருந்து
ஈரச்   சுவர்கள்
உரிகின்றன
                             உரிகின்றன
குவியலாய்
                             ஜன்னலுக்கு
அடியில்
                             போராடுகின்றன

சாம்பல்நிறத்தைத்
தடுக்க

தடுக்குத்தடுக்கான   இழுகதவுகள்
புலம்புகின்றன   எதிர்த்து நிற்கின்றன
காற்றின் அழைப்பில்லா ஒப்பாரியை
மோதிக்கொள்கின்றன தலையை
மரத்தின் மீது.

                        கண்ணாடி
ஓர் துல்லிய அளவான ஒப்பாரி.

~
தயக்கமான
வெளிச்சம்   வற்றிக் கிடக்கிறது
தட்டுத் தடுமாறித்
தன் வீடு தேடிச் செல்லும்
நிழல்

~

இழக்க வேறேதுமற்று
தன் வெள்ளிப் பளபளப்பைத் தவிர
இரவு காத்திருக்கிறது

மரியாதையான தொலைவில்
எங்கள் உரையாடல் முடியட்டுமென்று
ஒட்டுமொத்த நிசப்தத்தில்

நாம் மீண்டும் சந்திப்போமா?
சந்திப்போமாயிருக்கும் ஒரு வேளை இன்னொரு
விலகியிருக்கும் அந்தியில்

~
நான் கனவுகளை மாற்றினேன்
ஒன்றிலிருந்து பின்வாங்கி
இன்னொன்றுக்குள் வழுக்கி விழுந்து
சங்கடமாய்.

விடுவி இரவை அதன் நங்கூரப் பிணைப்புகளிலிருந்து
அசைந்து நகர்ந்து பார்வையிலிருந்து அது மறைந்து போகவிடு

இழை பிரிந்த நினைவு அதன் நங்கூரம்

~

மூப்படையும் மூச்சும் ஒரு கட்டுப் புகைப்படங்களுமாய்
உண்டான சலிப்பான நெருக்கங்களைக் கொண்டு
தார் பூசப்பட்ட நிலப்பரப்பின் குறுக்கும் நெடுக்கும்
அளவுக்கதிகமாய் அலைந்ததில் பொசுங்கிய அடிப்பாகத்தில்
ஓட்டைகள் செதுக்கப்பட்ட பழைய காலணிகள் இருமுறை
இழந்த தாய்நாட்டால்.*

---

* ... 1947ஆம் ஆண்டில் நடந்ததாகக் கற்பனை செய்யப்பட்ட இந்த வலுக்கட்டாயப் புலப்பெயர்வுப் படிமமே நம் நாட்டை இரண்டாகப் பிளவுபடுத்திய பிரிவினையின் நினைவுகளை உள்ளடக்கிய ஆவணத் தொகுப்புக்கான தொடக்கமாக இருக்கப்போகிறதென்று நான் கொஞ்சமும் நினைத்ததில்லை.

மரணம்

முடிந்திருக்கும் அதனால்   அது மட்டும்   நினைத்திருந்தால்
அதைப் பற்றி   உரிய நேரத்தில்   அளித்திருக்கும்
கொஞ்சம் ஆறுதலை

ஆனால் அது ஒப்புதல் கொடுத்ததெல்லாம்
வெறும் தலையசைப்பிற்கும்   போக
நினைவைப் போல் இன்னும் சுருக்கம் விழுந்திராத நெற்றி மீது
புரளும் நெறியற்ற
முடிக்கற்றையைப் பின்னுக்குத் தள்ளவும் மட்டுமே.

~

ஒருவர் கூட. ஒரே ஒருத்தர் கூட.
சொல்லியிருக்கவில்லை இது இப்படி இருக்குமென்று.
ஒருவர் கூட. சொல்லவில்லை. 'பார்த்து, ஞாபகமாய் டையை
இழுத்து விட்டுக்கொள். அதைச் செய்யும் போதே,
அந்த ஷூக்களுக்கு மெருகேற்று.
மதிய உணவுப் போசியை மறந்து விடாதே.'
அதென்னவோ உண்மைதான். இதைப் போன்று நான்
கேட்டதே இல்லை என் ஒட்டுமொத்த வாழ்நாளில்.
நான் விழித்தெழுந்தேன் இந்த சாம்பல்நிற வெளிச்சத்தில்
பிரகாசமான சூரிய ஒளி இருக்குமென்று
வாக்களிக்கப்பட்டிருந்த ஒரு நாளில்
சந்தியின் மெல்லிய படலம். விடாப்பிடியாய்ப் பற்றிக்
கொண்டிருக்கும் தூசைப் போல். நீட்டியிழுத்துக்கொண்டு.
என் உலகின் குறுக்கே.
என்னைச் சுற்றிலும் நீர்க்குழாய்கள்.
அவசரமாய் விடைபெறும் காலடிகள் சொட்டும் எதிரொலிகள்.
தங்கிவிட மாட்டேன்
ஒரு கணமும் கூடுதலாய்.

~

ஒரு காலத்தில் கனவுகளால் கரையிடப்பட்டிருந்த
நம் உரையாடல்
இப்பொழுது சூழப்பட்டிருக்கிறது
இடைவெளிகளால்

~

வினையாற்றுபவன் எனும் 'குறுக்கப்பட்ட' சிந்தனையிலிருந்து என்னை நான் எப்படித்தான் விடுவித்துக்கொள்வது?

'எண்களுக்கு ஒப்பாக ஆவதை' விடாப்பிடியாக மறுத்து ஐம்பதாண்டுகள் கடந்துவிட்டன. என்றாலும் ஒரு கணிப்பானை எவ்வாறு பயன்படுத்துவது என்பது எனக்குப் புரிபடவில்லை.

புறப்பரப்பில் எங்கோ ஒரு நிழல் உட்கார்ந்திருக்கிறது தலையில் ஒரு வானவில்லோடு. என்றாலும் மழையில்லை.

எவ்வித ஆசையுமில்லை. என்னுடைய மூதாதையரின் நிலம் கண்டுவர. எப்படியிருந்தபோதும் நரகத்தில் யாரும் நுழைவிசைவு (விசா) வழங்க வழியில்லை.

எவ்வளவோ மாறிவிட்டது. மாற்றங்களில் எதுவும் அதிகம் எஞ்சவில்லை. எதுவுமே மாறவில்லை. பெக்கட்* 'கோடோ**'வை எழுதிய காலத்திலிருந்து.

---

* ஸேம்யுவல் பெக்கட் – ஐரிஷ் இலக்கியப் படைப்பாளி. 1969ஆம் ஆண்டின் நொபேல் இலக்கிய விருதாளர்.

** பெக்கெட்டின் மிகப் பிரபல 'அபத்த' நாடகமான கோடோவுக்காகக் காத்திருத்தல் (Waiting for Godot)

காஷ்மீரில் பள்ளிக்குச் செல்லும் வழி. கரன் சிங்கின் பழத்தோட்டங்களில் ஆப்பிள் பழங்களைத் திருடும் கள்ளத்தனக் களிப்பு. உடம்பு பிடித்து விடுபவனின் துரத்தல்.

அயல் நாடுகளில் பயணம் செய்யும்பொழுது நிம்மதியின்மை எனும் மெல்லிய அடுக்கைச் சருமத்திற்கடியில் சுமந்து செல்கிறேன். என்னுடைய நாடித் துடிப்பிற்கு அடியில் அது துடித்துக்கொண்டிருப்பதைச் சில நேரங்களில் உணர்கிறேன். அல்லது அது கற்பனையோ?

'என்னவானாலும் இனிய பண்போடிருப்பது' எனும் ஒட்டுதலே என் அழிவாக இருக்கும். இருக்கலாம்.

எவ்வாறு இசைந்து பாடுவதென்பதை நான் கற்றிருக்கவில்லை. இசைவின்மை என்பது அதற்கே உண்டான கவர்ச்சியைக் கொண்டிருக்கிறது. செவிக்கெட்டா நிலையை நீங்கள் கைக்கொண்டால்.

சரிந்த வானம்

அடை காயும் ஜன்னல் விளிம்பு
சரிந்த வானம்   சாம்பல் வண்ணம்
இந்தக் காற்று
நாறுகிறது   நேற்றைய மூச்சைப் போல்
பிறாண்டி
ஊடுருவுகிறது
மூடுபனியைக்   களைத்து ஓய்ந்த
சூரியனின் வெளிச்சம்
            மூச்சு விட
முடியாமல்
கண் கட்டப்பட்ட பகல் வெளிச்சம்
            கைதவறி வைக்கப்பட்டுவிட்ட கானல்நீர்
ஊசலாடுகிறது
விளக்கொளியில்   தெரு
வீடு நோக்கித் தள்ளாடியபடி
எலும்புவரை உரித்தெடுக்கும் வெறிப்பு
முயல்கிறது
துண்டாட   மூட்டம்

வாயடைப்பு
சாலையோர நெருப்புகள் கிளப்பும் புகை மீது.
இலக்கற்ற நிழல்கள்
அண்டிக்கொள்கின்றன இழவுகாக்கும் இரவின்
            பிணப்போர்வைகளாய்
கண்கள்
இடறி விழுகின்றன நடைபாதைகளின் மீது
உறக்கமின்மை
எனும் போர்வை போர்த்து
            நிதானமற்ற கலங்கல்

தயங்குகிறது

உள்ளங்கைகளுக்கு நடுவே
தலை
கனத்து
சீரழிகிறது
காலடியில்
தீர்மானமற்று   இயலாமல்
நிதானத்தை மீட்டெடுக்க
சாம்பல் நிறத்தால் பொதியப்பட்டு
வானம்
கண்ணாடிச் சுவர்   உறைபனி படர்ந்து
விரல் நுனிகள்
கீறுகின்றன
பல கூதிர் காலங்களுக்கு முன்பு
மனனம் செய்த
கவிதைகளை
காற்றுத் துருவிய நிலவெளி
மாபெரும் விளம்பரச் சாரக்கட்டுகள்
சரணடைந்ததற்கான வெள்ளைக் கொடிகள்
நகரைக் குப்பையாக்குகின்றன

பெண்

புகை ஊறிய கேசத்தோடு
பாதங்கள்
புதைய
அந்தி வெளிச்சத்தில்
கசியும்
சருமம்   குளிர்ந்த ஈரமான மழை
துருவப்பட்ட
தனித்த விளக்கொளி

நவீன் கிஷோர்

சிம்புகளாக்கப்பட்டு விரையமாக்கப்பட்டு
மூச்சுக்காற்றைப் போல்
மலைச்சரிவில் வழுக்கிச் செல்லும்   ஒளி
தடுக்கப்படுகிறது
குப்பைத்தாளின் நாற்றத்தால்
எரியும்   நடுங்கும்
நள்ளிரவின் ஆழத்தில்

என் ஜன்னல் பலகைக்கு எதிர்த்தாற்போல்

நிழல்கள் சில்லு விளையாட்டை ஆடுகின்றன
சுருக்கம் விழுந்த சிந்தனையின்
உள்ளும் புறமுமாய்
அலைவுற்று
விளிம்பில்
துழாவும் விரல்கள்   புரிந்துகொள்ள முடியாமல்
காற்றின் திசையை

            தன் சொந்த நிழலையே கண்டு அஞ்சி

இரவு தானே களைந்து கொள்கிறது இருளை
'அலறும் ஒளி'
வானின் குறுக்கும் மறுக்குமாய்

            சுழல்
காற்று   ஈவிரக்கமற்ற காட்டுமிராண்டி
முழு வீச்சில்
பம்பரமாய்ச் சுழன்றபடி
'பிரச்சினையைக் கிளப்பு' கருஞ் சூறாவளியே

கோபவெறியில்
விரையமாக்கப்பட்ட தீச்சுடர் விழிகள்
போராடுகின்றன
புகையுடன்

தலைக்கு மேலாய் ஒரு மஞ்சள் நிலவு

வெள்ளியின் மங்கிய பளபளப்பு
நிழல்களை விட்டுச் செல்கிறது பின்னே
விரையும் கார்களின்
ஒளிக்கற்றைகள் குறுக்கும் நெடுக்குமாய்
கண்கூசித் திகைத்து
மழைநீர் நிரம்பித்
தள்ளாடும் தெருமீது
பனி வெடிப்பில் வாதையுறும் ஒளி
மிதிபடுகிறது துரு நஞ்சேறிய
காலடியில்
தன் அம்மணம் கண்டு வெட்கி
எலும்புவரை உரிபட்டு   நிற்கும் மரம்
போர்த்திக்கொள்கிறது தன்னைத் தானே பனியால்
செதில் செதிலாக
இனியும் பழுத்த செர்ரிப் பழங்களின் நிறம் இல்லையென்றான
பழத் தோட்டம்

காத்திருக்கிறது   காத்துக்கொண்டேயிருக்கிறது

வெளிறிப்போய்

தொடர்பற்ற
சிந்தனை
முற்றுகையிடப்பட்டிருக்கிறது
உள்ளங்கைகள்
மரத்துக் கருகும் தசை
தீய்ந்து
பின்புறம் முறுக்கிச் சுருளும்
எரிந்துபோன சுயம்
சூரியன்

ஈவிரக்கமற்று
தன்னைத் தானே கொளுத்திக்கொள்கிறது இரவு
வேண்டுமென்றே
மையைக் கொட்டி
விரையமாக்கப்பட்ட
காகிதங்கள்
குளிர் பருவப் படலங்கள்
மிதக்கின்றன நதியில்
இறக்கும்
சல்லடை நினைவு
மாறுவேடமிட்டு மூடுபனியைப் போல்

குவியலாய் உதிர்ந்து
 காய்ந்த சருகுகள் சலசலக்க வைக்கின்றன காற்றை
கைவிடப்பட்ட
மூடுபனி
வழி தவறுகிறது
என் தலையில் நறுக்கப்பட்டு
குளிர்கால ஒளி நிறைந்து

சிவந்தெரியும் கண்கள்

சிக்குப்பிடித்த துயர்

காத்திருக்கின்றன பொறுமையாய் நள்ளிரவிற்காக
குனிந்த நிழல்கள்
செந்தழல் மீது கூனிட்டு

கண்ணிமைக்காமல்
கிடந்தது இரவு
தோல்வியுற்று
தடுக்கி விழுந்த விடியல்
போரில் புண்பட்டுக்
குளிர்ந்த நிலவுக்குக் கீழே திரண்டிருந்தது
தயக்கமாய்
முகம் திரையிடப்பட்ட
இரவு நெளிந்தது
ஆழ் விழிப்பு நிலைக்குள்

புதிதாய்ப் பிறந்த நிழல்கள்
அலைவுறுகின்றன
சாம்பல் வண்ண விளிம்பில்
நெருப்பைக் களவாடும் முனைப்போடு
வெயிலில் தீய்ந்து
ஒப்பாரியிடும் காற்றிடமிருந்து

இழவுக்காய் வெண்மையுடுத்தியிருக்கிறது நிலம்
பிணப்போர்வை
சூரியனுக்காய் ஏங்கி
தன்னைத் தானே புதைத்துக்கொள்கிறது
என்னுடைய தலைக்குள்
மருள் மாலை
தட்டுகிறது

அனுமதி கேட்டு
இறக்கைகளின் படபடப்பில்

அடங்கிய தொனியில்

வழி தவறி முடியாமல்　　　வழி காண
மூடுபனிக்குள்ளிருந்து　　　ஒற்றைப்
பறவை
கால்களும் சிறகுகளுமாய்த் தவழ்ந்து
நினைவுபடுத்திப் பார்க்க வகையற்று
தயக்கமான
புகை மண்டலம்
எண்ணற்ற விறகடுப்புகளில் இருந்து
அலைகிறது
ஒற்றியெடுத்தபடி
சூரியனை
உரியப்பட்ட பகல் வெளிச்சம்
ஈவிரக்கமற்று
தெருவில் ஓடுகிறது
　　　　　　திக்கித் திணறிப் பேசியபடி
பிழைத்திருக்க
சொற்கள்　　　நைந்து
நசிந்து
தமது அங்கிகள் கந்தலாய்
மூட்டம் அடர்ந்த இரவு

வெட்டியாய்க் காத்திருக்கின்றன
　　　　　　தயக்கம் மிகுந்த நிழல்கள்
கவனத்துடன்
தடுக்கி விழுந்துவிடாமல்　　　மூழ்கிவிடாமல்

சிக்குப்பிடித்த துயர்

வெளிறிய காற்று
மூச்சை அடக்கிக்கொண்டிருக்கிறது
குழம்பும் அந்த ஒற்றைப் பறவை
பறக்கவியலாமல்

வெளிச்சம்
மலட்டுத்தனமாய்

மூடுபனியின் அடியாழத்திலிருந்து
சிமிட்டும் ஒளியின் பாடல்
நெடுநேரமாய்க் காத்துக் கிடந்த
விழிகளில்
குறி தவறிப்
பகலை இரவாக்குகிறது
விளக்குக் கம்பத்தினடியில்
அநாதையாக்கப்பட்டதொரு நிழல்
அந்தரத்தில் மிதந்தபடி
வழி தேடுகிறது வெளியேற
புகையிலிருந்து   தம் தலைகளை
மந்தையிலிருந்து
தடுக்கப்பட்டிருக்கும்
சுவரின் மீது மோதும்
நிழல் கூட்டம்
தம் இறக்கைகள் புகையால் கனத்து
இயலாமல்   பறக்க
சாய்த்தது பூமியை
மேல்நோக்கி
மீண்டும்

காற்று
சுழன்றெழுப்புகிறது மஞ்சள் நிற இலைகளை
சாம்பல் நிற
குளிர்ச்சிக்குள் பேராவலுடன் விழுங்குகிற
வெளிறிய சூரிய வெளிச்சம் சுரண்டுகிறது
ஜன்னல் கண்ணாடியை
தொலைவுச் சுடர் நடுக்கம்
நொடிப்பொழுது தொலைத்தது
சூரியனை
களைத்தோய்ந்த பயணி
தான் உணர்ந்த மனக்கலக்கத்தை விழுங்கி
இலை ஏதுமற்ற மரத்தின் கீழ்
பந்தயம் மேற்கொள்கிறது வெளிச்சம்
மூடுபனிக்கு எதிராய்
நிழல்
ஒளியிடமிருந்து
தன்னைத் தானே கழட்டிக்கொண்டு
வெண்ணிற, இரக்கமற்ற, அலட்சியமான
முகிலாக மாறியது
காற்று ஓர் உறைந்த மங்கல்
சிறு அசைவுமில்லை சலனமற்று
மேகங்கள்
இமைகளுக்கு மேலாய்
இருண்ட
புகை மண்டலம் திணறுகிறது அந்தரத்தில் தொங்குகிறது
வெறிச்சோடிய
தெருவிற்கு மேலாய்
பொறுமையாய்க் காத்திருந்தபடி கவனித்துக்கொண்டு
நினைவில் அலசியபடி
எவ்வளவு அடர்த்தியானதோர் அமைதி
தடிமனாய்ச் சாம்பல் நிற மூடுபனிச் சுவர்

வெளிச்சமற்ற ஒரு மாலைப் பொழுதில்
இரவின்
அசாதாரணச் சலனமின்மை
புகலிடம் தேடுகின்றன
முதல் குளிர்காலப் பனியின்
பகட்டில் உறையிடப்பட்ட
நிழல்கள்

எவ்வளவு வெண்மையாய் நகரம்

மன்னிக்க மறுக்கும் மூடுபனி
மறுக்கிறது விலக
நீல நிற குளிர்ந்த
புகை மூட்டமான
வெளிச்சத்தை விட்டு
நிழல்கள் நிச்சயமற்று
சற்றே வழி தப்பி
முழுமுற்றான நிச்சலனம்
நடுக்கம் ஊடுருவுகிறது
நெருக்கமாய்க் கூடியிருக்கும் இலைகளூடே
இலையுதிர் காலம் விட்டுச் சென்றிருக்கும் அந்த இலைகளூடே
சாம்பல் நிற அடங்கிய அதிர்வொலி
இடியென முதிர்ந்திட

சீக்கிரமே மழை

சருமத்தின் அடியில்

கனவுக்குள் முன்னோக்கிய வேகச் சுழற்சியில்...
தோற்கிறேன் தோற்கிறேன் என் திரையை அடித்தொதுக்க
என் உடலை இளம் சிவப்பாய் அது புரட்டியடிப்பதை
கவனித்துக்கொண்டிருக்கிறேன்
தங்கமாய்த் தகதகக்க இளம் சிவப்பில் பொன்னிறத்தில் என
சூரியாஸ்தமனத்தின் மீது முகில்கள் ஊர்கின்றன
பிறந்த மேனியாய் என் உடல்
குளிர்ந்த காற்று வீசுகிறது அந்த வேற்றுக் கிரகச் சாதனத்திலிருந்து
இப்பொழுதெல்லாம் என்னால் இனங்காண முடியாத அது
என் மார்பின் சமதளங்களில் வளரும் மரங்கள்மீது
உறைபனி படியக் காரணமாகிறது
விழிகளின் வடபுறம் நெற்றிமேடு தலையோடு சங்கமிக்கும்
ஏதோ ஓரிடத்தில் அடங்கிய உறுமல் கிளம்புகிறது
அங்கே என் முடி இப்பொழுது அடர்கருப்பாக இல்லை
பதிலாய் வெள்ளியின் மினுமினுப்பைக் கண்டேன்

...எங்கோ அருகாமையில்
மர அலைமேடையோடு பிணைத்து நங்கூரமிடப்படும்
படகின் ஓசை
ஊதா வதனப் பையனின் புல்லாங்குழலோடு போட்டியிடும்
காகம்...

...ஓசையொடுங்கிய நிலவு பதற்றமாய்த் தனக்குத் தானே
உறையிட்டுக்கொள்கிறது
ஒரு பழைய 35 மி.மீ. திரைக்காட்சிக் கருவியின் காலடியில்
கிடக்கும்
கருப்பு வெள்ளைப் புகைப்படச் சுருள்களாக

ஓர் அழுக்கு மண் நிற ஆற்றின் கீழ் நோக்கிப் பாயும்
நீரோட்டத்தில்
செந்நீல மலர்கள் கொண்ட ஆகாயத் தாமரைக் கொடிகளால்
மென்னி நெரிக்கப்பட்டு
மிதக்கிறதென் சடலம்
அதன் முன்னேறும் வேகத்தை எள்ளி நகையாடியபடி
நீரடி வேர்கள் என்னை உள்ளே உறிஞ்சிவிட
சதித் திட்டமிடுகின்றன
நான் உயிருடன் இருக்கிறேன்
எந்த நொடியும் இதோ இந்தக் கணத்திலே கூடக் கண்
விழித்து விடுவேன்...

...அந்த முந்தைய கனவின்
புல்லாங்குழலிசையில் லயித்து சோம்பலாய் அசைந்து
கொண்டிருக்கும்
வளர்த்தியான பசும்புல் தளிர்களாய்ச் சிதறிக் கிடக்கும்
வானுக்கு
இப்பொழுது அந்த ஊதா வதனப் பையனாக இல்லாமல்
கனவைக் கலைக்க முடியாமல் நான் படுத்திருக்கும் புல்லை
மிதித்தரைக்கும்
ஒரு யானையின் அளவுக்குப் பெரிதான வைக்கோல்
பொம்மையாக

சூரியனுக்குள் சென்று வெகு நேரமாகிவிட்ட
ஏதோ ஒரு படகைப் பற்றிய என் கனவுக்குள் வரச்சொல்லி
அவள் கவனத்தை ஈர்க்க நான் முயன்றுகொண்டிருந்தபோது
இரவெல்லாம் அவள் செங்கற்களை ஒவ்வொன்றாய் அடுக்கிக்
கொண்டிருந்தாள் ஒரு சுவரை எழுப்பியபடி
கண்களைத் திறக்காமலே அதன் நிழலுரு ராஇழவுக்காப்பைப்
பின்தொடர்ந்தேன்
உறக்கமற்ற எங்கள் உடல்களுக்கிடையே
வடிந்து செல்லும் பின்யோசனையைப் போல்
கிடக்கும் செத்த பாம்புக்கு இடையூறின்றி
அவளுடைய நிர்வாணக் காலைத் தூக்கியது நினைவிருக்கிறது
அந்த ஊதா வதனப் பையன் என்னருகே அமர்ந்திருந்தான்
புல்லாங்குழலைப் பற்றியபடி

...பூட்டியிருக்கும் அவளுடைய அறைக்குள் கண்ணைக்
கட்டிக்கொண்டு
நுழைந்த நான் சிறகுகளின் படபடப்பைக் கேட்டேன்
அவசரமாய்க் கண்கட்டை முடிச்சவிழ்க்க
என் அன்னையின் ஜன்னலிலிருந்து நிழல்கள் பறந்து போயின
ஏனோதானோவென்றிருந்த சூரிய ஒளிக்குள்
கருப்புத் துணியை கண்கள்மீது இழுத்துவிட்டேன்
மீண்டும் அந்த இறக்கைகளின் சிறகடிப்பைக்
கேட்பதற்காகவே...

...எதுவும் அசைவதில்லை ஒரு போதும்

இந்த நிச்சலனமான கனவுக்குள்
காற்று, மரங்கள், முகில்கள் என எதுவுமே

புதிதாய்த் தோண்டப்பட்டிருக்கும் மண்ணுக்குள் கால்கள்
புதைந்திருக்க
இந்த நிலவெளிக்குள் நான் வேர் கொண்டிருக்கிறேன்

...கதவுகள் தெறித்திருக்க உருத்தெரியாமல் சிதைந்த உலோகம்
முன்புறக் கண்ணாடியோ ஒரு சிலந்தி வலை
சுவர்கள் இல்லாத அறைக்குள் விழித்தெழுந்து
கியரை மாற்ற நான் போராடிக்கொண்டிருக்கையில்
என் கனவைக் கார் மோதி நொறுக்கியது
வேரோடு சாய்ந்திருந்த மரங்கள்
காயமுற்ற செங்கற்களுக்குள் புதைந்திருந்தன
குருதிக் கசிவு எங்கெங்கும்...

சொற்கள் இழந்த ஒரு
கனவின் கசங்கிய நினைவு திடீரென நின்றுபோக
சூரிய ஒளியின் பிடிக்குள் சிக்க மறுத்து
இந்தக் கனவில் இருக்கும் நிழல்கள் நீள்கின்றன
கைக்கெட்டும் தொலைவில் இரவு மூச்சு வாங்கிக்
கொண்டிருக்கிறது...

அவன் மீண்டும் வந்துவிட்டான்
அந்தப் புல்லாங்குழல் வைத்திருக்கும் பையன்
அந்த ஊதா நிற வதனன்
சுவரின் வலது மூலை
இடது மூலையைச் சந்திக்கும் அந்தக் கச்சிதமான இடத்தில்
அவன் அமர்ந்திருப்பதை நான் பார்க்கிறேன்.
ஏதோ பென்சிலைச் சீவுவதுபோல
தனது புல்லாங்குழலைச் சீவியபடியே அவன் அமர்ந்திருக்கிறான்

இனி அதில் ஏதும் மிச்சமிருக்காது...

...கனவின் விரிசல்கள் வழியே நிழல்கள் தப்பியோடுகின்றன
ஒவ்வொன்றாக
ஒரு கேணிப் படிக்கட்டினுள்
மூழ்குவதைப் பற்றிய கனவின் சலனமற்ற
இருண்ட கரிப்பிற்குள் ஆழக் கீழிறங்கி...

கடலுக்குள் சடாரெனப் பாயும் எரிகல் ஒரு கனவு
விடியற் பொழுதில்...

...இலை மஞ்சத்தில் படுத்திருக்கிறேன்
இலையுதிர் காலத்தின் சலனமின்மையைக் குலைத்து
விடுவேனோ
என்று மூச்சு விடத் தயங்கி...

...இறுகிய, வெள்ளி நிறக் கடற்கரை
கடலோ ஒரு பாற்குளம்
கிறுகிறுக்க வைக்கிறது நுரை காலைக் கிச்சு கிச்சு மூட்டி

விரைந்தோடி வந்து
விலகிப் பின்வாங்கி

நுரையை அள்ள நான் குனிகிறேன்
என் உள்ளங்கைகள் ஒரு சல்லடையாய்...

...என் ஜன்னலுக்கு வெளியே ஒரு ஜோடி
வெண்ணிற ஆந்தைகள்
அசைவற்றுக் கண் சிமிட்டாமல் குருதி வற்றிப்போன
ஆந்தைகள்...

புகை சூழ்ந்த அறைக்குள் குறுக்கும் நெடுக்குமாய்
இன்னும் பற்றவைக்கப்படாத கணப்பை எதிர்பார்த்து
என் காலடித்தடங்கள் இடையறாமல்
நெருப்புக்குச்சியைத் தேடி...

கனவிற்குள் கழுத்தளவு புதைந்து மேலும் மூழ்கிக்
கொண்டிருக்கையில்
காகங்கள் என்னைக் கடந்து பறக்கும் ஓசையைக் கேட்டேன்
இரைச்சலாக...

...முகம் வெளிறிய கனவாகக் கசக்கப்பட்டு
மையைச் சிதறடித்தது...

...சூரியன் நிழல் குவியலுக்குள் சரிந்தது
பகல் வெளிச்சம் கைக்கெட்டாத் தொலைவில்

சுவர்களிலிருந்து நிழல்களைத் துடைத்தெறிய

...என் கைகளிலிருந்து அவள் அந்தக் கனவைப்
பறித்துக் கொண்டாள்
கிழித்துச் சுக்கலாக்கி வீசியெறிந்து மிதித்து   புத்தகத்தை
ஆயிரத்து அறுநூறு பக்கக் கையெழுத்துப் பிரதியை
ஒவ்வொன்றையும் கிழித்தெறிந்து
சொன்னாள்
எழுது என் வாழ்வை புதிதாய் எழுது இன்னொரு முறை...

...பகல் வெளிச்சத்தை விட்டு விலகிய பின்
கனவுக்குள் நுழையும் முன் அவள் தயங்கினாள்

...அந்த நீலமுகப் பையன் கடலுக்குள் நீந்திச்
சென்றான்
புல்லாங்குழல் நனைந்து விடவில்லையென்று உறுதி செய்தபடி
அந்தப் பெண் கடலில் இருந்து எழுந்தாள்
நிர்வாணமாய்
கடல்பாசிகளால் கைகள் பின்புறத்தில் பிணைக்கப்பட்டிருக்க...

...சில கனவுகள்
ஏக்கம் கொள்கின்றன

சிக்குப்பிடித்த துயர்

...எழுத முடியாமல் போவது பற்றிய கனவில்
வெள்ளைத் தாள்களைப் புதைக்கிறேன்

...என் கண்கள் கனவிற்குப் பழக்கமாகும் முன்பு
கவிகிறது இரவு

...ஒவ்வொரு மூச்சினடியிலும்
வெளிச்சத்தின் எதிர்ப்பு முனகல்

...கால்கள் சங்கடத்தை எதிரொலிக்க
உன் விழிகளைப் போல் வெறிச்சோடிக் கிடந்த தெருவிற்குள்
நான் காலடி வைத்தேன்...
...பனிப்பரப்பின் மீது அதே போன்ற கடூரத்துடன்
நிராதரவாக்கப்பட்டிருந்த அகரவரிசையின் ஓரெழுத்து

...இரவைத் தகர்த்துவிடு
நிழல்கள் துரத்தும் பகல் வெளிச்சக்
கனவுத் துணுக்குகளாய்

...இறுக்கி மூடியிருக்கும் இமைகளுக்கு நடுவே மிதந்தபடி
திறக்க மறுத்துச் சுருண்டிருக்கும் கைமுட்டிபோல் ஒரு முகில்

...கனவுக்குக் கண் சிமிட்ட ஆகும் நேரம்வரை
சூரியனை வெறித்தபடி

...கனவுகளின் அகரவரிசை காத்திருக்கிறது என்
காலடியில் மிதிபட

...இந்தக் கனவில் நான் காகிதக் கப்பல்கள் செய்தேன்
வெள்ளைத் தாள்களிலிருந்து
செய்தித்தாள்கள் வரை

நவீன் கிஷோர்

பழைய பத்திரிகைகள்
கிழிந்த புத்தகங்களின் உதிரிப் பக்கங்கள்
பயன்படுத்தப்பட்டிருந்த காகித உறைகள்
எண்ணற்ற கிருஸ்துமஸ் வாழ்த்தட்டைகள் வரை
நேர்த்தியானவையாய் மூழ்கிவிடாமல் மிதக்கும் திறன்
         கொண்டவையாய்

போதுமான காற்றடித்தால்
மிதந்து செல்பவையாய்
அல்லது விரைந்தோடுவனவாய்
வீட்டின் வெளியே இருக்கும் சாக்கடைகளில் பாயும்
புயல் மழை நீரின் உந்துவிசைக்கேற்ப
குளியல் நீர்த்தொட்டிகளில்
சுழற்றும் கைகளின்
வேகத்துக்கேற்ப
வெவ்வேறு அளவிலான
ஆயிரமாயிரம் காகிதப் படகுகள் ஓடும்
இந்தக் கனவில்
தென்றல் இல்லை
எதுவும் மிதந்திடாது
ஒட்டுமொத்தப் படையுமே முற்றுகையிடப்பட்டிருக்கும்
இந்த அசைவற்ற நிலவெளியில்
நான் உட்கார்ந்து மேலும் படகுகளைச் செய்கிறேன்...

   ...கனவுக்குள் தலைதெறிக்க விரைந்து
அதன் மறுபக்கத்தில் மோதி நின்றேன்

அதிர்ச்சியில் குழம்பி
மோதலின் தாக்கத்தில் தலை சுற்ற
கனவு அதிர்ந்து போய்த் தரையில் குறுக்கே கிடக்க

செய்வதறியாமல் பார்த்தேன்
சிதறிய துண்டுகளைத் திரட்ட ஏதேனும் அகப்படுமாவென்று
பதிலுக்கு அந்த ஊதா வதனப் பையனைத்தான் கண்டேன்
அச்சத்தில் பின் நகர்வதை

      தற்காப்புக்காய்ப் புல்லாங்குழல் உயர்ந்திருக்க...

      ...ஊதா நிற வெளிச்சம் நிறைந்திருக்கும் இந்த
                    அறையெங்கிலும்
எனக்குப் பரிச்சயமாய் ஒரு முகம்கூட இல்லை

எத்தனையோ முகங்கள் இருக்கின்றன
தோளுக்குத் தோள் நின்றபடி
    எல்லாமே ஒரே உயரம்
எல்லாமே அம்மணம்
எல்லாமே நிச்சலனத்தில் குளித்தெழுந்து

அவர்கள் மூச்சு விடுவது எனக்குக் கேட்கிறது
அதனால்தான் அவர்கள் உயிரோடிருக்கிறார்கள் என்று
            புரிந்துகொள்கிறேன்

அதோடு அவர்கள் விழிகளை உருட்டும் விதத்திலும்

அனைவருமே கடிகார எதிர்ச் சுழற்சித் திசையில்
ஏதோ தமது கண்களாலேயே
தொலைவில் ஒலிக்கும் புல்லாங்குழல் ஓசையைப்
    பின்பற்றிச் செல்ல வேண்டும் என்பதைப் போல...

    ...நான் அந்த அறைக்குள் நுழைந்தவுடன்
வாளி நிறைய நீரும் சோப்பும் அவள் கொடுத்தாள்
கூடவே ஒரு முரட்டு சாம்பல்நிறத் துணியையும்

அந்த ஏழு மெழுகுவர்த்திகளுடன்
அவற்றை நான் சுவரிலிருந்து துடைத்தெடுத்துவிட
                                  வேண்டும் என்று
முரட்டுத்தனமான
அதட்டலான தொனியில் மிரட்டி
அதன் பிறகே அவள்
அமைதியற்ற நிழல்களின் திசையைச் சுட்டிக்காட்டினாள்...

        ...கதவை யாரோ தட்டும் சத்தம் கேட்டு
திறக்க விரைந்தேன்
வெளியே ஒருவருமே இல்லை என்பதைக் காண

...வர்ணமடிக்கப்பட்ட வானையே தரையாகக் கொண்ட
                                  ஓர் அறையில்
மழை முகில்கள் திரண்டன
மரங்களின் காலடியில்
தலைகீழாய்த் தொங்கியபடி

        ...தலைகீழாய்த் தொங்கும் மரங்களுக்கடியில்
புல்லாங்குழலை இசைத்தபடி அந்த ஊதா வதனப்
                                  பையன் அமர்ந்திருக்க
நேற்றைய இரவின் கனவில் திரண்டிருந்த மேகங்கள்
விழத் தொடங்குகின்றன
மழைத்துளிகளின் தாளகதி
        வதங்கிய உதடுகளில்...

        ...நிதானமாய்ச் சுழன்று கொண்டிருக்கும் மின்விசிறி
                                  இறக்கைகளின் நிழலில்
என் கனவின் தொலைதூர மூலையில் அமர்ந்து
கையால் எழுதிய வாக்கியங்களின் குறுக்காக அவள்
                படுத்திருந்ததைப் பார்த்துக் கொண்டிருந்தேன்

சிக்குப்பிடித்த துயர்

நான் ஏற்கெனவே வெண்தாளில் எழுதிப் பொறித்திருந்த ஒரு
கனவையும்
படுக்கை என் சொற்களின் கனத்தில்
வளைவதையும்
...ஜன்னலைத் திறந்து மூடுபனியை வெளியேற்ற
முயல்கிறேன்
ஆனால் ஜன்னல் இறுகிக் கிடக்கிறது
அதனால் நான் ஆழமாய் மூச்சை இழுத்து

ஜன்னல் கண்ணாடியின் மீது முஷ்டியால் குத்துகிறேன்

மூடுபனி ரத்தம் கசியத் தொடங்குகிறது...

...நீ தூக்கத்தில் புரள்கிறாய்
தவறிப்போய் உன் அம்மணத்தை வெளிக்காட்டி
சூரியன் சங்கடப்பட்டு
மன்னிப்பை முனகுகிறது
நான்
அந்தக் கனவின் தொலைதூர மூலையில் அமர்ந்திருக்கிறேன்
யோசித்தபடி

மின்விசிறியின் இறக்கைகள் ஏன் சுழல்வதை நிறுத்திவிட்டன

...ஒன்றன் மீதொன்றாய்க் குவிந்த பேச்சு
அடுக்கியிருக்கிறது கிடைத்த இடத்தில்
திணிக்கப்பட்டிருக்கும் இச்சொற்களை
சின்னஞ்சிறியதாகவோ அல்லது மிகவும் பெரியதாகவோ
நினைவுக்கு வந்தபடி
பேச்சின் உணர்ச்சியை நடிகர் விரைவில் நடித்துக் காட்டுவார்
மொழி கண்டுகொள்ளும் வெளிப்பாட்டையும்
சந்தத்தையும்

நவீன் கிஷோர்

ஆனால் அங்கே நடிகர் இல்லை
வெறும் கனவு மட்டுமே
அடுக்குகளுக்குள் வளைந்து நெளிந்தபடி
சொற்களுக்குள்   கற்பனைக் கூற்றுகளுக்குள்
சந்தங்கள் தொலைந்த நிலையில்
      முற்றிலுமாய்   அடியோடு...

    ...தனக்குத்தானே அவள் சொல்லிக்கொண்டாள்
தான் ஒரு தனிமொழியை எழுத வேண்டுமென்று
அதன் வரிகள் முற்றுப்பெறா முனைகளுக்கு இட்டுச் செல்ல
        வேண்டும்
தாம் இல்லம் மீளும் வழியை மறந்துபோன நினைவுக்
        கற்றைகளாய்
எனவே வளைந்து நெளிந்து சென்றுவிடலாம் வரிகளைத்
        தொலைத்துவிடும் அச்சமின்றி
ஏனெனில் அவை ஏற்கெனவே தொலைந்துவிட்டன...

    ...அமைதியைத் தகர்த்திடு
தாளை நீ உரக்கக் கசக்கிச் சுருட்டி
சுவரில் மினுங்கிக்கொண்டிருக்கும்
நிழல்களுக்குள் அதை விசிறியெறியும்பொழுது
கோப வெறி கபளீகரம் செய்யட்டும்
கொஞ்சம் முன்பு நீ வேண்டாமென்று
      தூக்கியெறிந்த கனவை...

...கனவுகளை நான் மாற்றினேன்
நீ கட்சி மாறுவதைப் போல
கையில் ஒரு மண்வாரியோடு
      இரவைத் தொடர்ந்து புதைத்தேன்

    ...அதன் சாம்பல் நிறத்துடன்
படுக்கையைச் சூழ்ந்திருக்கும்
மூடுபனி போக
மிச்சமெல்லாம் காலியாகி விட்ட கனவில்...

சிக்குப்பிடித்த துயர்

...தன் சாம்பல் நிறத்துடன்

...கள்ளத்தனமாய்
வெளிச்சம் அறையினுள் நுழைந்தது
பையனைத் தொந்தரவு செய்துவிடக் கூடாதென்ற கவனத்துடன்
அதுதான் அந்த ஊதா வதனப் பையனையும்
இப்பொழுது ஓசையற்றிருக்கும் அந்தப் புல்லாங்குழலையும்
எங்கோ ஒரு மூலையில் அவன் சுருண்டிருக்க
கனவு கண்டபடி...

வடிந்து போ கனவே கிளம்பு
உன் உடுப்புப் பெட்டியை உன்னோடு எடுத்துச் செல்
எப்பொழுதோ நான் அடுக்கி வைத்தது
என் உள்ளங்கையால் நீவிச் சுருக்கம் நீக்கப்பட்டு
நேர்த்தியாய் மடிக்கப்பட்ட நிழல்களுடன்
உரியும் சுவர்களுடைய இந்த வீட்டில்
எதுவுமே பாக்கியிருக்கக் கூடாது...

...கனவை வசிப்பிடமாக்கு
நிழலை விட்டு வெளியே வர
வரிசையின் இறுதியில்
பொறுமையாகக் காத்திருக்கும் அந்தக் கனவை...

...வருங்காலத்தைக் கனவு காண்கிறேன் நான்
எனக்குப் பின்னால் எங்கோ
கந்தையாய்க் கிடக்கும் அந்த வருங்காலத்தை...

...பல்வேறான இழவுகாரர்களும் துக்கம்
கொண்டாடுகின்றனர்
இருண்டு கொண்டிருக்கும் தொடுவானின் பின்னணியில்
நிழலுருவாகத் தோன்றும் தமது சொந்த மரணங்களை

கைப்பாவைகள் உருவாக்கிய நிழல்கள்...
...ஓய்ந்து விட்ட தோல்வியுற்ற
தொண்டையிலிருந்து கிளம்பும்
கிசுகிசுப்புகளில்
கனவுகளைத் தொடர்ந்து பீடித்திருக்கும் ஒரு கடந்த காலம்

நினைத்துக்கொள்கிறது...

...வாய்த் திக்கலின் ஓசையை
காற்றில் இருக்கும் கனவுகளை
அல்லது பளிச்சென்ற வண்ணக் கொடிகளை
ஏதேனும் ஒரு மலையின் மீது அல்லது
ஒருவேளை ஏதேனும் ஒரு கரம்பு நிலத்தில்
உயரமான சமதள நிலத்துண்டில்
கருணையற்ற காற்றுகள்
வருகை புரியும் அந்நிலத்தில்
கொடூரமாக அல்லாமல் கொஞ்சம்
சுரணை போதாமல்...

...கண்கள்
இயங்கும்
இறுகிய முஷ்டிகள்

கலங்கலாய்

தொலைநோக்கு உருவாக்கிய கனவு
நிலவெளிகளின்
திரட்டப்பட்ட
பிம்பங்கள்

பருவங்களின் ஊடே
ஒன்றோடொன்று கலந்து
ஓர் உறங்கும் விழிப்புநிலைக்கு
நிலைகொள்ள மறுக்கின்றன...

...அறைந்து சாத்தப்பட்ட கண்ணிமைகள்
மூடிக்கொள்கின்றன
கைக்கெட்டாத
ஒரு சிறைக்கூடம் போல்
விழிப்போ
விளிம்புகள் விடியலால் முலாமிடப்பட்ட
கனவுக்குள்
சிக்குண்டிருப்பதைப் போல்

புள்ளின் அழைப்பு

~

அண்டங்காக்கை நிற ஒளியே
விரி
சிறகை   மீளும்
ஒளிரும்   அட்டைக்கரிக் கீற்றே
உதிர் உன் பளபளப்பை
பறந்து போ
மேக மூட்டமான மந்தாரத்தில்
மீண்டும் உன் புத்தி பேதலித்துவிட்டதா என்ன?
மீண்டுமா?

~

விடை பெறுவதைப் போல் எதையோ முணுமுணுத்து
                    விட்டுப் பறந்தது அண்டங்காக்கை
காற்றினூடே,
சுழலும் சிறு புழுதிப் புயலைத் தன் பின்னே விட்டு

முற்றிய தானியம் ஒரு கிண்ணம் முழுவதையும் நீ வாரி
                                    இறைத்தாய்
என்றாலும் ஒரு பறவைகூட வந்து கொத்தவில்லை ஒரு
                                பறவையும் ஒன்றுகூட

ஆண்டாண்டுக் காலமாய்க் காத்து நின்றன நிழல்கள்
                ஊமையாய்ப் புழுதி அடங்கட்டுமென்று
போர் இப்பொழுதுதான் தொடங்கியிருக்கிறதென்பதைப்
                            புரிந்துகொள்ளாமல்

என் மூலாக்னியின் அடியாழம் தொட்டு
அங்கே கூடுகட்டியிருந்த குளிரின் ஒரே துகளையும்
                            கசக்கிப் பிழிந்து
ஏரியின் சலனமின்மைக்குள் போட்டேன்.

நவீன் கிஷோர்

~

தலையைத் துளைத்திருக்கும் தோட்டாக்காயம்போல்
அண்டங்காக்கையின்   கண்

விடை பெறட்டும்
இரவு

கைகளில் சாவைச் சுமந்தபடி

அந்தப் பறவையின் சிதைவெச்சங்களைப் பொறுக்கிக்கொள்

விவேகமற்றது இந்தக் கருமை

~

பொசுங்கிய மிதிவண்டியின் டயரில்லாச் சக்கர விளிம்பின் மீது குடியேறுகிறது அண்டங்காக்கை

வெறிச்சோடிக் கிடக்கிறது
                    தெரு

ஒரு கரும்புகை மண்டலத்தைத் தவிர

~

நிலவின் வெள்ளி வெளிச்சத்தைத் தடைசெய்கிறது நகரம்

     இரவைச் சுற்றுகின்றன
அண்டங்காக்கைகள்
ஒப்பாரிகளின் ஓலத்தை மூழ்கடிக்கின்றன அவற்றின்
                                  கரைச்சல்கள்

~

மங்கும் அந்திவேளையின் கனம்

    செலுத்தியது
பாதங்களை ஓட்டமும் நடையுமாய்
   ஓங்கிச் சாத்தப்படுகிறது நகர்   தகர்ந்து விழும்
                              அட்டைகள் போல

அதன் சிறகுகளில்   பின்யோசனைப் பனி படர்ந்திருக்க
    நாள்   அலைவுறுகிறது
      நிழல்களைத் தாண்டி   நீண்டதொரு இரவு
காற்றடிக்கிறது குளிராய்

யாருமே
   போக முயல்வதில்லை
      பௌர்ணமி நிலவின் ஒளியால்
பலமாய் அடிபட்டிருக்கும்
    கற்கள் பாவிய தெருவுக்குள்

~

பறந்து போக
மறுக்கிறது
அண்டங்காக்கை
பதிலாய்ச்
சில்லு விளையாட்டு விளையாட விரும்புகிறது
மகப்பேற்றுத் தாதியோடு

~

நகரில்
அலைந்துகொண்டிருக்கும் பிசாசுகள் தேடிக்
கொண்டிருக்கின்றன
(தமக்கு நிராகரிக்கப்பட்ட)
பிணப்போர்வைகளை
அவர்களுடைய உடல்கள்
சிறகுகளில் அழுகும் நேரத்தில்
இரவில் அவற்றின் குறிப்பிற்காகக் காத்திருக்கும்
நகர் மீளும் அண்டங்காக்கைகள்
என்னவோ சரியாக இல்லை
என்பதை மோப்பம் பிடித்து
மாறுகண் கொள்கின்றன
தெரு விளக்குகளைப்
பார்க்கக் கூசி

~

துயர்   முடிச்சவிழ்க்கப்பட்டு
நூல்கள் வெள்ளமாய்   விரைகின்றன உடைப்பை அடைக்க
என் இழவு காக்கும் உடுப்பைப் பாதியாகக் கிழித்து
நான் தயங்கிக் காலம் கடத்திக்கொண்டிருக்கிறேன்
வெகு நேரமாய்   அண்டங்காக்கை இரவு
மறைத்திருக்கிறது
குடிகாரக் கும்பல் ஒன்றால் அவிழ்த்து விடப்பட்ட
குளிர் காற்றுப்போல்
அவர்களின் வாயிலெடுக்கும் சாக்கடைப் பாட்டு
காலியான பியர் புட்டிகள் நொறுங்குவது
கட்டுக் குலைந்த கற்களின் மீதும்
புகையும் துப்பாக்கிகளின் மீதுமாய்ச் சறுக்கும்
வெறுங்காலுடனான நிழல்கள்
இவை யாவும் போக ஒரு விடியற்காலையுமாய்
இங்கே, அங்கே, எங்கெங்கோ
வீட்டிற்கான வழியைக் கண்டுபிடிக்கவியலாமல்

எப்படித் ததும்புகின்றன சாக்கடைநீர்க் கண்கள்!
அவற்றைத் துடைத்துலர வைக்கக் காரணம் ஏதுமில்லை.
                                        இல்லையா?

மொழிபெயர்ப்பாளர் பின்னுரை

ஆங்கில மொழியில் இந்தியர்கள் படைக்கும் இலக்கியம் மேட்டிமைத்தனம் மிகுந்தது என்றும் இலக்கியச் செறிவும் படைப்பாற்றலும் குன்றியது என்றுமே பொதுவாகக் கருதப்பட்டு வந்தது. இன்று வெளிப்படும் புனைவிலக்கிய எழுத்து இந்தப் பொதுப்புத்தியை ஓரளவிற்கு மாற்ற முயன்றிருக்கிறது. நாவலாசிரியர்கள், குறிப்பாக சல்மான் ருஷ்டி, அரவிந்த் அடிகா, விக்ரம் சேத், அருந்ததி ராய், அமிதாவ் கோஷ், ஜும்பா லாஹிரி போன்றோர் பெற்றிருக்கும் வெற்றிக்கும் புகழுக்கும் காரணம் அவர்களுடைய படைப்புகளில் தென்படும் இலக்கியச் செறிவும் ஆங்கிலத்தை அவர்கள் கையாளும் லாகவமுமே. ஆனால் கவிதையுலகில் இவர்களைப் போன்ற ஆளுமைகள் இன்று அதிகம் பேர் இல்லை.

இந்தியர்கள் ஆங்கிலத்தில் இலக்கியம் படைக்க முயன்ற தொடக்ககாலத்தில் அவர்களுக்குப் பெரும் அடையாளச் சிக்கல் ஏற்பட்டது. ஆரம்பத்தில் கவிதைப் புலமே இவர்களுடைய இலக்கிய முயற்சிக்குத் தோதானதாக இருந்தது. சமூக சீர்திருத்தவாதியாகவே பெரிதும் அறியப்பட்டிருந்த ஹென்றி லூயி விவியன் டெரோசியோதான் இத்துறையின் முன்னோடி. இவரைத் தொடர்ந்து ஐரோப்பியக் கவிதை அம்சங்களை இந்தியத் தன்மை கொண்டனவாக மாற்ற முயன்ற காசி பிரசாத் கோஸ், சுயமான பார்வைகளைக் கவிதையில் வெளிப்படுத்திய ராம் ஷர்மா எனும் நோபோ

கிஷன் கோஸ், ஆஸ்கார் வைல்ட்டின் மதிப்புரையால் அறியப்படும் மன்மோகன் கோஸ் போன்றவர்கள் கல்லூரிப் பாடத்திட்டத்திற் காக மட்டுமே இன்று நினைவுகூரப்படுகிறார்கள்.

இவர்களைத் தொடர்ந்து எழுத வந்த ஆங்கில இந்தியக் கவிஞர்களுள், மைக்கேல் மதுசூதன் தத், வங்காளப் பெண் கவியான தோரு தத், தோரு தத்தின் உறவினரான ரொமேஷ் சந்திரா தத் ஆகியோர் குறிப்பிடத் தகுந்தவர்கள். ரொமேஷ் சந்திரா தத் ராமாயணத்தையும் மகாபாரதத்தையும் ஆங்கிலத்தில் மொழிபெயர்த்ததன் மூலம் பங்களிப்புச் செய்தவர். ஆரம்ப கால இந்திய ஆங்கிலக் கவிதை பெரும்பான்மையும் ஆங்கில இலக்கியத்தின் கூறுகளைத் தத்தெடுத்துக்கொண்டோ அல்லது அதன் தழுவலாகவோதான் வெளிப்பட்டுக்கொண்டிருந்தது. தோரு தத்தின் கவிதைகள்தான் இந்த மரபைக் கடந்து இந்தியக் காவிய உணர்வுகளை உள்ளடக்கியதாக வெளிப்பட்டது எனலாம். ஆனால், ஆங்கிலத்தைத் தாய்மொழியாகக் கொண்டோரின் மொழிப் பயன்பாட்டிற்கும் இரண்டாம் மொழியாக ஆங்கிலத்தைக் கற்று எழுத முனைந்த இந்தப் படைப்பாளிகளின் வெளிப்பாட்டிற்கும் இடையில் நிறைய வேறுபாடுகள் இருந்தன. முன்னவர்கள் பெற்ற மதிப்பை இவர்களுடைய படைப்புகள் பெறவில்லை. மேலும், இந்தக் காலகட்டத்திலும், அதற்குப் பிறகும் வெளிப்பட்ட இந்திய ஆங்கிலக் கவிதைப் படைப்புகளில் அந்நிய ஆட்சிக்கு எதிரான உணர்வுகள் தூக்கலாகத் தென்பட்டன. சமூகநிலைப் பாகுபாட்டு விமர்சனங்களையும், ஆண் பெண் பாகுபாட்டு விமர்சனங்களையும் இக்கவிதைகள் ஆங்காங்கே வைக்கத் தவறவில்லை. அடிமைப்பட்டிருந்த மக்களுக்கு உற்சாகமூட்டும் விதத்தில் இந்திய நாட்டின் தொன்மங்களை விதந்தோதவும் இக்கவிதைகள் தலைப்பட்டன. அரவிந்த கோஸ், சரோஜினி நாயுடு, ரவீந்திரநாத் தாகூர் ஆகியோருடைய கவிதைகளில் இந்த அம்சங்களைக் காணலாம். தாகூர் வங்க மொழியிலேயே தன் படைப்புகளை வெளியிட்டிருந்தபோதும், தன்னுடைய கவிதை ஆக்கங்களில் முக்கியமானவற்றை, 'கீதாஞ்சலி' உள்பட, தானே ஆங்கிலத்திற்கு மொழிமாற்றம் செய்திருப்பதால் இந்திய ஆங்கிலக் கவிகளுக்கான பட்டியலில் அவருக்கும் கூட இடமளிக்க வேண்டியிருக்கிறது.

ஏறத்தாழ 1950ஆம் ஆண்டுக்குச் சற்று முன்னர் தொடங்கி 1980 வரையிலான காலகட்டத்தில் இந்திய ஆங்கிலக் கவிதை நவீனத்துவ அம்சங்களைக் கைக்கொண்டது. நவீனத்துவக் கூறுகள் கொண்ட கவிதைகள் பலவற்றை ஜோசப் ஃபர்ட்டடோ

காரவான் இதழில் வெளியிட்டிருக்கிறார். நவீனத்துவக் காலகட்ட முக்கியக் கவிஞர்களாக ஷிவ் கே. குமார், நிஸிம் இஸீக்யல், ஜயந்தா மகாபத்ரா, புருஷோத்தம் லால், ஏ.கே. ராமானுஜன், அருண் கொலாட்கர், ஆர். பார்த்தசாரதி, கமலா தாஸ், கேக்கி என். தாருவாலா, டாம் மொரேஸ், அடில் ஜாஸுவாலா, யூனிஸ் டி ஸௌஸா, கீவ் பட்டேல், ஏ.கே. மெஹ்ரோத்ரா, ப்ரித்திஷ் நந்தி எனப் பலர் நினைவில் நிற்கிறார்கள். இவர்கள் 'புதிய கவிஞர்கள்' என்று அழைக்கப்பட்டனர். அந்நியமாதல், காலனியத்திற்கு எதிரான சிந்தனை, தனிமை, மானுட உறவுச் சிக்கல்கள், மானுட மொழிப் பரிமாற்றத்திலுள்ள அர்த்த விபரீதங்கள், அக, புற உலகங்களிடையேயான உறவு, காதலுக்கும் காமத்துக்குமான சிக்கலான இயல்பு நிலைகள் ஆகியன இக்கவிஞர்களின் பாடுபொருள்களாக விளங்கின. இவர்களுள் ஓரிருவரைத் தவிர ஏனையோர் கல்விப்புலம் சார்ந்தவர்கள். கல்லூரிகளிலும் பல்கலைக்கழகங்களிலும் பணியாற்றியவர்கள். இவர்களுள் சிலர் சாகித்ய அகாதமி விருது பெற்றவர்கள். இந்தப் புதிய கவிஞர்கள் பட்டியலில் இடம்பெற்றிருக்கும் கேக்கி என். தாருவாலா இந்தியக் காவற்பணி அதிகாரி (I.P.S.). ரா (Research and Analysis Wing) என்று சுருக்கமாகச் சொல்லப்படும் உயர்மட்ட அமைப்பில் இணை இயக்குநராகப் பொறுப்பு வகித்தவர். நிஸிம் இஸீக்யல் பத்மஸ்ரீ விருது பெற்றவர். பெண்ணிய அக்கறைகளுக்காக வும் வெளிப்படையான பாலுணர்வு வெளிப்பாட்டிற்காகவும் பேசப்பட்ட கமலா தாஸின் கவிதைகள் மட்டுமே வெகுஜன உணர்வுகளைப் பெரிதும் பிரதிபலித்தன என்று விமர்சகர்கள் கருதுகிறார்கள். 'Dialogue' (உரையாடல்) எனும் கவிதை ஏட்டிற்கு ஆசிரியராகச் செயல்பட்ட ப்ரிதிஷ் நந்தி வெகுஜனப் பரப்பில் ஓரளவிற்குப் பரவலாக அறியப்பட்ட கவிஞராக இருந்தார். மேற்குறிப்பிட்ட கவிஞர்களுள் பெரும்பாலோர் கடவுள் மறுப்பையோ அல்லது கடவுள் குறித்த அக்கறையின்மையையோ வெளிப்படுத்தியிருப்பதும் வாசகப் பரப்பு இவர்களைப் புறக்கணிக்கக் காரணமாக இருந்தது எனலாம்.

பின்னர் வந்த பம்பாய்க் கவிஞர்களான சலீம் பிராதினா, சந்தன் ராட்ரிக்யூஸ், மனோகர் ஷெட்டி, ரஞ்சித் ஹோஸ்கோட்டே ஆகியோர் நகர்ப்புற வாழ்வை மையமாகக் கொண்ட கவிதைகளை எழுதினார்கள். மும்பைக் கவிஞர்கள் என்று இவர்கள் அழைக்கப்பட்டனர். நாவலாசிரியராகப் பெரிதும் அறியப்படும் விக்ரம் சேத்கூட ஆங்கிலக் கவிதை நாவல் ஒன்றை எழுதியுள்ளார். அவருடைய சமகாலத்தவரான சுதீப் சென்னும் புலம்பெயர்ந்த இந்திய ஆங்கிலக் கவியே. ஹோஷாங் மர்ச்சன்ட் தன்பாலினக் கவிதைகளுக்காகப்

பெயர்பெற்றவர். ஆகா ஷாஹித் அலியின் கவிதைகள் கஷ்மீரில் வேர் கொண்டிருப்பவை. புலம்பெயர்ந்த வாழ்வைச் சித்தரிக்கும் மற்றொரு கவிஞர் தபிஷ் காகிர். கவிஞர் உமா பரமேஸ்வரன் கனடா நாட்டில் புலம்பெயர் வாழ்வைப் பற்றி எழுதுபவர். இருபதாம் நூற்றாண்டின் இறுதிக்கட்டக் கவிஞர்களான இவர்கள் புத்தாயிரத்தில் எழுத வந்த கவிஞர்களுக்கான அகண்ட கவிக்களத்தை அமைத்துக் கொடுத்தார்கள்.

புத்தாயிரத்தின் குரல்கள் என்று இம்தியாஸ் தர்கர், மீனா அலெக்சாந்தர், அஞ்சும் ஹசன், ஜீத் தையில், ராபின் எஸ். கங்கோம், சித்தார்த்த போஸ், திஷானி தோஷி, மணி ராவ் ஆகியோர் முன்நிற்கிறார்கள். 21ஆம் நூற்றாண்டின் பிரச்சினைகளை இவர்களுடைய கவிதைகள் பேசுகின்றன. குறிப்பாகப் புலம் பெயர்ந்த வாழ்வில் எதிர்கொள்ள நேரும் சிக்கல்களையும் மத அடிப்படைவாதத்தின் துயர்களையும். இந்த நெடிய இந்திய ஆங்கிலக் கவிதையின் வரலாற்றுப் பின்னணியில்தான் நாம் நவீன் கிஷோரை வைத்துப் பார்க்க வேண்டியிருக்கிறது.

என்னுடைய சிறு வயதில் அம்மாவும் இதர பெண்களும் வெள்ளிக்கிழமையன்றும் பிற பண்டிகை நாட்களிலும் தலைக்கு எண்ணெய் வைத்து அரப்புத் தூளும் சிகைக்காய்த் தூளும் தேய்த்துத் தலைக்குக் குளிப்பார்கள். பிறகு தலையில் ஒரு துண்டைக் கேசத்தோடு சேர்த்து முடிந்து முடியை உலர விடுவார்கள். வேலையெல்லாம் முடித்து ஓய்வாக அமர்ந்து உலர்ந்த கேசத்தை 'மயிர்கோதி கொண்டு' சிக்கெடுப்பார்கள். மானுடத் துயர் காலங்காலமாய் இவ்வாறு சிக்குப்பிடித்திருக் கிறது. மெய்யியலும் இலக்கியமும் தத்தம் வழியில் மயிர்கோதியென நீவி நீவி வாழ்வைச் சிக்கெடுக்கின்றன. மானுடத் துயரின் சிக்கலை உருவகிக்கும் விதமாய்க் கவிதை மொழியே அமைந்துவிட்டால் எப்படியிருக்கும்? நவீன் கிஷோரின் 'சிக்குப்பிடித்த துயர்' போல்தான் இருக்கும். சிடுக்குச் சிடுக்கான மொழியில் துண்டு துண்டான படிமங்களைக் கோத்து அறிவுப்பூர்வமாய் உணர்ச்சிகளை வடித்தெடுக்கும் கவிதைக் கோவை இத்தொகுப்பு. கிஷோர் இத்தொகுப்பை ஆங்கிலத்தில் எழுதியிருக்கிறார். ஏறத்தாழப் பத்தாண்டுகளுக்கும் மேலாகக் கோர்க்கப்பட்டு வெளியாகியிருக்கும் கவி மாலை இது.

2022ஆம் ஆண்டின் இறுதி வாக்கில் காலச்சுவடுப் பதிப்பாளர் கண்ணன் இந்தத் தொகுப்பை என்னிடம் அனுப்பிவைத்தபோது இந்தக் கவிதைகள் என்னுள் கடத்திய உணர்வு அலாதியானது. கவிதைமீது எனக்குக் குணப்படுத்தவியலாப் பித்து இருந்த

போதும், கவிதைகளை நான் அதிகம் மொழிபெயர்க்கத் துணிந்த தில்லை. இலக்கிய ரசனை என்பது என்னைப் பொறுத்தமட்டில் தனிப்பட்ட அனுபவம். அந்தந்த நேரத்தில் எது மனத்தை இதமாக்குகிறதோ அதுவே என்மட்டில் இலக்கியமாகிறது. விமர்சனக் கோட்பாடுகளும் அளவுகோல்களும் என் ரசனையை வடித்தெடுக்க நான் அதிகம் அனுமதித்ததில்லை. என் தனிப்பட்ட ரசனையை மட்டுமே அடித்தளமாகக் கொண்டு நான் உணர்ந்திருந்த இக்கவிதைகளின் முழு வீரியத்தையும் என்னால் மொழிபெயர்த்துவிட முடியுமென்ற மயக்கம் எனக்கு இருக்கவில்லை. என்றாலும்கூட, இதை மொழிபெயர்க்கும் முயற்சியில் எனக்குக் கிட்டக்கூடும் கிளர்ச்சிக்காகவே இந்தப் பணியை ஏற்றுக்கொண்டேன். இதை முடித்த பிறகுதான் இதன் சவால்களின் முழுமை எனக்குப் புலனாகியிருக்கிறது. வருங்காலத்தில் வேறு யாரேனும் மேற்கொள்ளத் துணியும் மொழிபெயர்ப்பு முயற்சியின் மூலம் என் குறைகள் நேர்செய்யப்படலாம் என்ற ஆறுதலோடு இம்மொழிபெயர்ப்பை வாசகர் வசம் ஒப்படைக்கிறேன்.

இந்தத் தொகுப்பில் ஆறு பாகங்கள் இருக்கின்றன. இரண்டாம் பாகமான கஷ்மீரியத் மட்டுமே இடவெளியைச் சுட்டுவதாக இருக்கிறது. ஏனைய பாகங்களிலுள்ள கவிதைகள் எல்லாம் இடம்குறித்த, பாலினம்குறித்த யூகங்களை வாசகர் வசமே விட்டுவிடுகின்றன. பெரும்பான்மைக் கவிதைகளும் சிறு சிறு படிமங்களை மட்டுமே காட்சிப்படுத்துகின்றன. தொகுப்பின் முதல் பாகமான கோடா ஒரேயொரு படிமத்தை மட்டுமே காட்சிப்படுத்தி நிறைவுகொள்கிறது.

'Wearing a transparent shadow, the young widow waits and waits'

எனும் இந்த ஒற்றை வாக்கியம் என்னுள் எழுப்பிய கேள்விகளும் உணர்வுகளும் பலப்பல. காத்திருப்பதென்பது பொறுமை கோரும் செயல். காத்துக்கொண்டேயிருப்பது வலியும் வேதனையும் மிகுந்தது; சகிப்பைக் கோருவது. அந்த இளம் கைம்பெண் யார்? யாருக்காக, எதற்காகக் காத்திருக்கிறாள்? எங்கே காத்திருக்கிறாள்? தனியொரு ஆளாகக் காத்திருக்கிறாளா? அல்லது காத்திருக்கும் கூட்டத்தில் தனிமையை உணர்ந்தவாறு காத்திருக்கிறாளா? எவ்வளவு காலமாகக் காத்திருக்கிறாள்? இளமையில் கைம்மை என்பது எப்பேர்ப்பட்ட துயர்! அந்தத் துயரை மனத்தில் சுமந்து காத்திருக்கும் அவளுக்கு உடுத்திக்கொள்ள நிழல்தான் இருக்கிறதா? அந்த நிழலும் ஒளியூடுருவும் வகையான நிழல் என்பது என்னவொரு சோகம்! கொடூரம்! 'Transparent' எனும்

ஆங்கிலச் சொல்லுக்கு நிகராகத் தமிழில் 'ஒளியூடுருவும்' எனும் பண்புச் சொல்லே பொதுவில் ஏற்கத்தக்க சொல்லாக விளங்குகிறது. ஆனால், இங்கே அந்தக் கைம்பெண்ணின் தோற்றத்தை அப்பட்டமாக, வெட்டவெளிச்சமாகக் காட்டும் நிழல் மட்டுமே அவளுக்கு ஆடையாகின்றது. இந்த 'நவீன'ப் பாஞ்சாலி உடுத்திருக்கும் ஒளியூடுருவும் நிழல் உடலுக்கானது மட்டும்தானா? இந்தப் பெண் ஒரு குறியீடா? குறியீடென்றால் எதற்கான குறியீடு? வாசகர்களுக்கு மேலும் எண்ணற்ற கேள்விகளும் சிந்தனைகளும் இது தொடர்பாக எழக்கூடும். அப்படி எழுமானால் அதுவே கவிமனத்தின் வெற்றி என்று கொள்ளலாம். இந்த ஒற்றை வாக்கியம் கடத்திவிடும் உணர்வையே கவிதை உணர்வாகப் பார்க்கிறேன். இந்த ஒற்றை வாக்கியத்தால் ஈர்க்கப்பட்டே இந்தத் தொகுப்பு முழுவதையும் பொறுமையாகப் படித்தேன்.

'கஷ்மீரியத்' எனும் இரண்டாம் பகுதியின் முதல் கவிதை இரவைப் பற்றிப் பேசுகிறது. ஓர் அண்டங்காக்கையென மரித்துப்போக விடப்பட்டிருக்கும் நோயுற்ற இரவைப் பற்றி. கூண்டிலிருந்து விடுவிக்கப்பட்ட அண்டங்காக்கைக்கு ஒப்பிடப்படுகிறது இந்த இரவு. பறக்கப் பழகியிராத, கூண்டுப் பறவை இந்த அண்டங்காக்கை; மரித்துப் போகட்டுமென்று புறக்கணிக்கப்பட்டதும்கூட. கூண்டிலிருந்து விடுபட்ட நிலையில், பறக்கும் பழக்கம் விட்டுப்போன தனக்குத் தன் விடுதலையே பெரும் மானக்கேடாய் இருப்பதாய் உணர்ந்து அது கூனிக் குறுகுகிறது. சாவொன்றே தனக்கான விடுதலை என்று அது செயலற்றுக் காத்திருக்க நேர்கிறது. வக்கற்றவர்களுக்குச் சுதந்திரம் ஒரு மானக்கேடு என்பதை உணர்த்தும் இக்கவிதை காலத்திற்கும் நிலைகொண்டிருக்கும்.

இதைப் போன்ற அழகான படிமங்கள் இத்தொகுப்பெங்கும் விரவிக் கிடக்கின்றன. பல கவிதைகள் இரவைப் படிமமாக்குகின்றன. 'இரவைத் திரும்பப் பெற்றுக்கொள்' எனும் வேண்டுகோள், 'இரவெனும் அங்கி' அதைப் 'பிணப்போர்வை யெனப் போர்த்திக்கொண்டிருக்கும் கதிரவன்', 'ஊன்றுகோல்களில் நிற்கும் இரவு'. 'விடியலில் இரவைப் புதைக்க விரையும் மகளிர்', 'இரவைப் புதைக்க விரையும் காலைப் பொழுது' 'நிரந்தரமாய்க் கருகிக் கருமையாக்கப்பட்டிருக்கும் இரவு', 'இலைகளை உப்புத் தாளாக்கும் இரவு', 'ஒப்பாரியின் கரங்களைத் தஞ்சமடையும் இரவு', என்று, இரவின் முடிவிற்காக மட்டுமே காத்திருப்பதாகிவிட்ட வாழ்க்கையை இக்கவிதைகள் பேசுகின்றன.

இரவெனும் உணர்வு ஊட்டும் திகிலை நிழல்கள் அதிகரிக்கச் செய்கின்றன. ‘பொட்டுப் பொட்டாய் நிழல்’, ‘கசங்கிய ஒளியின் நிழல்’, ‘செந்நிறக் கனவின் நிழல்’, ‘ஆடையுரிக்கப்பட்டு நிர்வாணப்படுத்தப்பட்டு மனக்கசப்பில்’, ‘வெதும்பும் நிழல்கள்’, ‘கைம்பெண்களின் ஒப்பாரியை’ ‘அடங்கவைக்கும் நிழல்கள்’, ‘நெருக்கியடித்து அடங்கிய கிசுகிசுப்போடு’, ‘அண்டியிருக்கும் நிழல்கள்’, ‘அழ மறுக்கும் நிழல்கள்’, ‘அறைகளில் நிரம்பி யிருக்கும், தீக்கொழுந்துகளைப் பற்றவைக்கும் நிழல்கள்’. ‘இடிந்து விழும் நிழல்கள்’, ‘உரிபடும் நிழல்கள்’, ‘துயிலும் நிழல்கள்’, ‘இறுதியாய்த் தாம் மட்டுமே மீந்திருக்கும் நிழல்கள்’ என்று நிழல்களின் ஆட்சி இத்தொகுப்பெங்கும் விரவிக் கலக்கமூட்டு கின்றது. இதேபோன்று ‘பிணப்போர்வை’, ‘கனவு’, ‘சாம்பல்’ போன்ற சொல்லாட்சிகளும். கஷ்மீரப் பள்ளத்தாக்குகளில் நிழல்போலக் கவிந்திருக்கும் நிரந்தரத் துயரையும் அன்றாட மோதல்களையும் மனத்தைக் கவ்விப் பிடிக்கும் படிமங்களாக இந்தச் சொல்லாட்சிகள் மாற்றுகின்றன. பாலஸ்தீனத் துயருக்கும் இப்படிமங்கள் பொருந்தி வரக்கூடுமென்று கவிஞர் நவீன் கிஷோர் நேர்காணல் ஒன்றில் கூறியிருக்கிறார்.

வெள்ளிக்கிழமைகளிலும், பிற பண்டிகை நாட்களிலும் சாலையின் நடுவே திருஷ்டி கழிக்கத் பூசணிப் பழங்களைப் போட்டுடைக்கும் காட்சி தமிழகத்திற்கு அரிதானதல்ல. ஆனால்,

‘தர்பூசணித் தலைகள்
வெடித்துச் சிதறுகின்றன
ஒவ்வொரு நாளும்’

எனும் படிமம் உணர்த்தும் குரூரம்மனத்தை உலுக்கவல்லது. மானுட உயிரின் மதிப்பு எப்படி மலிவாகிப் போனது என்பதும், மரணத்தில்கூட அதற்குரிய கண்ணியம் கிட்டவில்லை என்பதும் என்னவொரு கொடூரம்.

அதேபோல்,

‘தப்பியோடுகிறான் கவிஞன்
தன் சொந்தச் சொற்களிடமிருந்து
சிதறும் தோட்டாவின் கைகளுக்குள்’

எனும் காட்சி உணர்த்தும் கையறு நிலையும்கூட மனத்தைக் கலவரப்படுத்துவதுதான்.

‘கற்களுக்கு அடியில்
சிதறிக் கிடக்குது கட்டுக்

கட்டாய்க்
கவிதை'

எனும் அவலம் மனத்தை நெருடும் ஒன்று.

'வேறெங்கோ,
வெறுங் கால்களின்
ஓசை
ஓடிக்கொண்டிருக்கும்'

எனும் கவிதையில் ஓடிக்கொண்டிருப்பது கால்களா, ஓசையா என்று தீர்மானிக்க இயலாத சொற்சிக்கல் கவிதையின் சாத்தியங்களுக்கு உரமிடுகிறது. இதைப் போன்ற சொற்சிக்கல்கள் தொகுப்பெங்கும் மலிந்து, சிக்குப்பிடித்த துயரின் கனத்தைக் கூட்டுகின்றன. மிகுந்த கவனத்தோடு செதுக்கப்பட்டிருக்கும் இந்த முதல் பகுதியின் படிமங்களுக்கு இக்கவிதை வரிகள் அடுக்கப்பட்டிருக்கும் நுட்பமான நீளமும் எண்ணிக்கையும் அசாதாரண அர்த்தங்களைத் தரவல்லதாக இருக்கின்றன. அதே நேரத்தில் இவை தொடர்பற்ற படிமக் குவியல்கள் எனும் உணர்வை இந்த உத்தி தோற்றுவிப்பதில்லை.

'வீதி முழுதும் விதவைகள்' எனும் அடுத்த பகுதியில், ராணுவம் ஆக்கிரமித்துவிட்ட சாலைகளின் இருமருங்கிலும் நடப்பட்டிருக்கும் முள்வேலிகளைச் சித்தரிக்கும் விதமாகச் சொற்கள் அடுக்கப்பட்டு, அவை கடத்தும் அனுபவத்திற்கு ஒத்திசைந்து போகும் வண்ணம் அச்சாகியிருக்கின்றன. சொற்கள் நெளிந்து வளைந்து ஊடாடும் பாங்கும் படிமங்களை அவை இழுத்தலையும் லாவகமும் மிகப்புதிதான அனுபவங்களை வாசகருக்குள் கிளர்த்த வல்லவையாக இருக்கின்றன. அச்சில் வெளிப்படும் சந்தம் என்று இன்றைய கவிதையைக் கூறுவது சாலவும் தகும். அச்சுக்கலை கவிஞர்களுக்கு அளித்திருக்கும் மகத்தான கொடைகளுள் இதைப் போன்ற பரிசோதனை முயற்சிகளுக்கான வாய்ப்பும் அடங்கும். மானுடத் துயரும் இழப்பும் குறிப்பிட்டுச் சொல்லும் வகையில் எம்மாதிரியானவர்களைப் பாதித்திருக்கிறது என்பதைப் பாயும் தோட்டாவுக்கு நிகரான சொல் வன்மையோடு சித்தரிக்கின்றது, 'வீதி முழுதும் விதவைகள்' எனும் இப்பகுதி.

'தேர்ந்தெடுத்த துயர்கள்' எனும் அடுத்த பகுதி இழந்து விட்ட பால்யத்தின், இளமையின் நினைவுத் தந்திகளை வருடிப் பார்த்து இதம்கொள்கிறது. இப்பகுதி வெளிப்படுத்தும் காயங்கள் அந்தரங்கமானவை. ஆனால் அவை உணர்த்தும் மானுடக் கொடூரம் மனத்தைப் பேதலிக்க வைப்பது. இருமுறை புலம்பெயர நேர்ந்த துயரைப் பாடுவது இப்பகுதி. சிக்குப்பிடித்த

சிகையைக் கோதுவதன் வலிச்சிடுக்குகளை உணரச்செய்யும் தலைப்புக் கவிதையை உள்ளடக்கியது.

'சருமத்தின் அடியில்' எனும் பகுதி முழுக்கவும் 'புல்லாங்குழல்ப் பையன்' ஆக்கிரமித்திருக்கும் 'கலங்கலாய்ப் பருவங்களின் ஊடே திரட்டப்பட்ட தொலைநோக்கு உருவாக்கிய' நெடுங்கனவைச் சித்தரிப்பது. நிஜ உலகின் காட்சிகளைக் கனவுலகிற்குப் பொருத்திப் பார்க்கும் பரிசோதனை முயற்சி.

இறுதிப் பகுதியான 'புள்ளின் அழைப்பு', 'நகர் மீண்டு, என்னவோ சரியாக இல்லை என்பதை மோப்பம் பிடித்து, தெரு விளக்குகளைப் பார்க்கக் கூசி மாறுகண் கொள்ளும்' அண்டங்காக்கைகளிடம் சரணடைகிறது. 'ததும்பும் சாக்கடைநீர்க் கண்களைத் துடைத்துலர வைக்கக் காரணம்' தேடிப் பரிதவித்துத் தொகுப்பை முடித்துவைக்கிறது.

இந்தக் கவிதைகள் எல்லாமே புறத்தில் நடப்பனவற்றையே பேசுகின்றன. என்றாலும் அந்நிகழ்வுகள் அகத்தின் மீது ஏற்படுத்தியிருக்கும் தாக்கத்தை நுட்பமாக எடுத்துக்காட்டுகின்றன. அதிலும், பல கவிதைகள் ஒரு குழந்தையின் குரலற்ற பார்வையிலேயே பேசுகின்றன. மந்திரவாதி உடலை இருகூறாய் வெட்டும்போது பார்த்துக் கரவொலி எழுப்பும் பெரியோரிடத்தும் வெளிப்படும் சில்லு விளையாட்டில் ஈடுபடும் குழந்தையின் குரலற்ற பார்வையில். இந்தப் பார்வையே வாசகரின் பதைப்பை, பரிதவிப்பை அதிகரிக்கச் செய்கின்றது. புறத்தே காணப்படும் மெய்ம்மையும் அகத்தே உணரப்படும் மெய்ம்மையும் எவ்வளவிற்கு முரண்பட்டிருக்கின்றன என்பதை உள்ளது உள்ளபடிச் சித்தரித்து வாசகர் மனத்தைக் கலங்கடிக்கச் செய்கிறார் கிஷோர். ஹைக்கூ வடிவத்தின் சாயலிலிருக்கும் இக்கவிப் படிமங்கள் வண்ணத்துப்பூச்சியின் சிறகுகளைப் போல் மென்மையானவையென்றும், இழப்பும் துயரும் மலிந்திருக்கும் பரந்துபட்ட காட்சிப் புலத்திற்குள் அவை மெல்லச் சிறகடித்துப் பறந்து அலைவுருகின்றன என்றும் இத்தொகுப்பைப் பற்றிய பத்திரிகை மதிப்புரையொன்றில் விமர்சகர் ஸ்ரீ லதா குறிப்பிடுகிறார். நிராதரவாய்ப் பேசும் இக்கவிதைகள் வடிவத்திலும் உள்ளடக்கத்திலும் ஒருங்கிணைந்திருக்கும் நேர்த்தியையும் அவர் சிலாகிக்கிறார். அவர் குறிப்பிட்டுச் சொல்வதைப் போல் இயல்பு உலகின் மென்மையான படிமங்களும் வன்முறையுலகின் குரூரப் படிமங்களும் அருகருகே வைக்கப்படும்போது கொடூரத்தின் உச்சம் நம்மைத் தாக்குகிறது. மனத்துக்குள் வாசிக்கும் போது எழும் உணர்வைக் காட்டிலும் உரக்கப் படிக்கையில் உண்டாகும் உணர்வு கூர்மையாகத் தோன்றுவது கிஷோரின்

மொழி வன்மைக்குக் கிடைத்திருக்கும் வெற்றி. வேண்டுமென்றே இன்னாரென்ற குறிப்பெதுவுமின்றி வர்ணிக்கப்படும் மாந்தர்களும் இடங்களும் நம்மை அசைத்துப் பார்க்கும் இழப்புணர்வையும் துயரையும் மிகைப்படுத்தி நாம் சிக்குண்டு தவிக்கும் புதிர்ப் பாதையின் திசை தொலைந்த கலவரத்தைப் பன்மடங்காக்குகிறது. மாந்தர்களின் வினைகளைக் காட்டிலும் படிமங்களில்தான் கவிதைகளின் நாடகீயம் அதிகமாய்ப் பொதிந்திருக்கிறது. துயரை எதற்காக உங்கள் பாடுபொருளாய்த் தேர்ந்தெடுத்தீர்கள் என்ற நேர்காணல் வினாவிற்குத் துயர்தான் என்னைத் தேர்ந்தது, நான் துயரைத் தேர்ந்தெடுக்கவில்லை எனும்ரீதியில் நவீன் கிஷோர் விடையளித்திருக்கிறார். துயரென்பது ஆற்றவொண்ணாததாக இருந்தபோதிலும் நம்பிக்கையின் கீற்றும் அதனூடே வெளிப்படாமல் இல்லை என்பதே வாசகருக்கான ஆறுதல். ஹிந்தி, மலையாளம், மராத்தி, பஞ்சாபி, கன்னடம், அஸ்ஸாமிய மொழிகளிலும் இக்கவிதைத் தொகுப்பை மொழிபெயர்த்து வெளியிடுவதற்கான முயற்சிகள் மேற்கொள்ளப்பட்டு வருகின்றன. இந்தியப் பரப்பெங்கும் இந்நூல் பரவலான கவனத்தைப் பெறும் என்ற நம்பிக்கை எனக்கிருக்கிறது. இந்நூலை மொழிபெயர்க்கும் வாய்ப்பை எனக்குத் தந்த காலச்சுவடு பதிப்பகத்திற்கு என் நெஞ்சார்ந்த நன்றி.

மொழிபெயர்ப்பைப் படித்துப் பார்த்துத் திருத்தங்களையும் பரிந்துரைகளையும் செய்த அன்பு நண்பர் கவிஞர் சுகுமாரனுக்குப் பெரிதும் கடமைப்பட்டிருக்கிறேன். பின்னட்டையில் உள்ள அறிமுகத்தையும் தன் கவர்ச்சிமிகு நடையில் எழுதி நூலின் மதிப்பைக் கூட்டியிருப்பவரும் அவரே. நன்றி எனும் ஒற்றைச்சொல் ஈடாக்கிவிட இயலாத மெய்யான உணர்வோடு அவருக்கு என் நன்றிகளை உரித்தாக்குகிறேன். நூலின் செம்மை யாக்கத்தில் உறுதுணையாயிருந்த நண்பர் செந்தூரனுக்கும், மிகுந்த கவனத்தோடும் ரசனையோடும் நூலை வடிவமைத்துத் தந்திருக்கும் இரா. ஹெமிலாவுக்கும், ஜி.ஆர். மணிகண்டனுக்கும் என் நெஞ்சார்ந்த நன்றிகள். மொழிபெயர்ப்புப் பணிக்கு எப்பொழுதும் போல் உறுதுணையாயிருந்த குடும்பத்தினருக்கு அன்பும் நன்றியும்.

பவானி   **எத்திராஜ் அகிலன்**
24-05-2024